விழித்திருப்பவனின் கனவு

விழித்திருப்பவனின் கனவு
கே.என். செந்தில் (பி. 1982)

பெற்றோர்: நடராஜன் – கண்ணம்மாள். சொந்த ஊர் அவிநாசி. மேலாண்மையியலில் இளங்கலைப் பட்டம் பெற்றிருக்கும் இவர் திருப்பூரில் கணக்கராகப் பணிபுரிகிறார். இவரது முதல் கட்டுரைத் தொகுப்பு இது. 'இரவுக் காட்சி' (2009), 'அரூப நெருப்பு' (2013) இவரது சிறுகதைத் தொகுப்புகள்.

ஸ்பாரோ அமைப்பு வழங்கும் இலக்கியத்திற்கான இளம் படைப்பாளி விருதைப் (2014) பெற்றிருக்கிறார்.

கபாடபுரம் என்னும் இணைய இதழைத் தொடங்கி நடத்தி வருகிறார்.

தொடர்புக்கு: 92, முனியப்பன் கோவில் வீதி, அவிநாசி.
கைபேசி: 9750344855; மின்னஞ்சல்: knsenthilavn7@gmail.com

கே.என். செந்தில்

விழித்திருப்பவனின் கனவு

காலச்சுவடு பதிப்பகம்

விழித்திருப்பவனின் கனவு ❖ கட்டுரைகள் ❖ ஆசிரியர்: கே.என். செந்தில் ❖ © ந. செந்தில்நாதன் ❖ முதல் (குறும்) பதிப்பு: மே 2016 ❖ வெளியீடு: காலச்சுவடு பப்ளிகேஷன்ஸ் (பி) லிட்., 669 கே.பி. சாலை, நாகர்கோவில் 629001

காலச்சுவடு பதிப்பக வெளியீடு: 713

vizittiruppavanin kanavu ❖ Essays ❖ Author: K.N. Senthil ❖ © N. Senthilnathan ❖ Language: Tamil ❖ First (Short) Edition: May 2016 ❖ Size: Demy 1 x 8 ❖ Paper: 18.6 kg maplitho ❖ Pages: 152

Published by Kalachuvadu Publications Pvt. Ltd., 669, K.P. Road, Nagercoil 629 001, India ❖ Phone: 91-4652-278525 ❖ e-mail: publications@kalachuvadu.com ❖ Printed at: Compuprint Premier Design House, Chennai 600086

ISBN: 978-93-5244-037-5

05/2016/S.No. 713, kcp 1478, 18.6 (1) MLL

தங்கை
அம்மு (எ) அமுதவள்ளிக்கு . . .

நன்றி

பிரபஞ்சன்
நாஞ்சில் நாடன்
ஸ்பாரோ *(Sparrow)*
ஜெயமோகன்
ஈரோடு இலக்கியச் சுற்றம்
வலசை உரையாடல் அரங்கு
பரிசல் சிவ. செந்தில்நாதன்
காலச்சுவடு
தீராநதி
மணல்வீடு
அடவி
மலைகள்.காம்
கணையாழி

பொருளடக்கம்

என்னுரை 11
முன்னோடிகள்
மௌனி 19
சுந்தர ராமசாமி 25
சி. மணி 35
வைக்கம் முகம்மது பஷீர் 50
அம்பை 68
நாவல்
பிரான்சிஸ் கிருபாவின் 'கன்னி' 87
ஜோ டி குரூஸின் 'கொற்கை' 92
சுகுமாரனின் 'வெல்லிங்டன்' 102
சிறுகதை
தூரன் குணாவின் 'திரிவேணி' 111
ரேமண்ட் கார்வரின் 'வீட்டின் அருகில் மிகப்பெரும் நீர்ப்பரப்பு' 116
மனதின் முடிவுறாக் கோலம் 123
கவிதை
இசையின் 'அந்தக் காலம் மலையேறிப்போனது' 135
விமர்சனம்
மோகனரங்கனின் 'சொல் பொருள் மௌனம்' 145

என்னுரை

சுமார் பன்னிரண்டு வருடங்களுக்கு முன். கைபேசிகள் பரவலான புழக்கத்துக்கு வந்திராத காலம். ஆங்காங்கே அவ்வொலி கேட்கையில் தலைகள் திரும்பும் அளவிற்கு மவுசும் பிரம்மிப்பும் அதற்கிருந்தது. அலுவலகத்தின் தேநீர் வேளையில் வந்த தொலைபேசி அழைப்புக் குறித்த தகவல் எனக்குத் தாமதமாகத்தான் சொல்லப்பட்டது. அடுத்த அரைமணி நேரத்தில் மத்திய அரசாங்க அலுவலகத்தில் இருந்தேன். தன் மேசையின் அடியிலிருந்து நான்கைந்துப் புத்தகங்களை மேலெடுத்து வைத்த சுப்ரபாரதிமணியன் "'கனவு'க்கு இதைப் பத்தி சும்மா பத்து வரியிலெ எழுதிக் கொடுங்க…" என்றார். சந்தோஷமாகத் தலையசைத்துவிட்டுக் கீழே வந்து உற்சாகத்தில் அடுத்தடுத்து இரண்டு டீக்களைக் குடித்தது நன்றாக நினைவிருக்கிறது. அட்டையைத் திருப்புவதும் புத்தகத்தைப் புரட்டுவதுமாக அன்றைய நாள் போனது. இரு மாதங்களுக்குப் பின் மீண்டும் அழைத்து இதழைக் கையில் தந்தார். வேறென்ன? புதிய விமர்சகன் பிறந்திருந்தான். இதைத் தெரிவித்து விரிவாக சுந்தர ராமசாமிக்குக் கடிதம் எழுதினேன். எழுதிக்கொண்டிருக்கும் விபரங்களை முன்பே அவருக்குத் தெரியப்படுத்தியிருந்தேன். கனவு இதழைப் பார்க்க விரும்புவதாகவும் இயன்றால் அனுப்பிவைக்கும்படியும் எழுதினார். எனக்குச் சிறகுகள் இல்லாததால் அஞ்சலில் அனுப்பினேன். தெளிவும் நுட்பமும் கொண்ட மொழியும் மதிப்புரை எழுதுவதற்கான திறனும் இருப்பதாகவும் தொடர்ந்து எழுதி வர வேண்டும் என்றும் பதில் எழுதினார். சின்னப் பையனுக்கு அன்று அது அளித்திருக்கக்கூடிய சக்தியை இன்று விவரிப்பது மிகக் கடினம். தோளை

ஒரு முறை தொட்டுப்பார்த்துக் கொண்டேன். ஆனால் மனதிற்குள் மெய்யாகவே சிறகு முளைத்திருந்தது.

அறியாத இலக்கிய உலகை நோக்கியிருந்த கதவை அகலத் திறந்து வைத்த நூல் சு.ராவின் 'விரிவும் ஆழமும் தேடி'. இந்நூலில் கூறப்பட்டிருந்த படைப்பாளிகளை எங்களூர் நூலகத்திலிருந்து தேடியெடுத்து வரிசையாக வாசித்தேன். அதுதான் தரம் குறித்த புகைமூட்டங்களைக் களைந்து இனிச் செல்ல வேண்டிய பாதையில் – ஒற்றையடிப் பாதை அல்ல – வெளிச்சத்தைப் படரச் செய்து திசைகளைக் காட்டித் தந்தது. நண்பரும் ஆசானுமான சு.ராவுக்கு என்றென்றுக்குமான மரியாதை.

சரியான அர்த்தத்தில் ஒரு புத்தகத்தின் மதிப்புரை என்னும் பதத்திற்கு ஏற்ப வெளிவந்தது 'மாலன் சிறுகதைக'ளுக்கு எழுதிய விமர்சனமே. பிரசுரமான இரண்டாவது வாரத்தில் கோவையில் இலக்கிய நிகழ்வுக்காக வந்திருந்த அசோகமித்திரனிடம் இதைச் சொல்லி கண்ணன் அறிமுகப்படுத்திவைத்தார். நிமிர்ந்து பார்த்துச் சிரித்தபின் கையைப் பற்றிய அசோகமித்திரன் மற்றொரு கையை தன் மார்புவரை தூக்கிக் காற்றை மெதுவாக அறைந்து 'ஒரேயடியா அடிச்சிட்டீங்க' என்றார். கறாராக எழுதியிருப்பதை அப்படிச் சொல்கிறாரா, எந்த ஒன்றுக்கும் அடிப்படையான இடமொன்று உண்டு என்பதைச் சொல்கிறாரா எனத் தெரியாமல் அன்று குழம்பினேன். இன்று அதன் பொருள் நன்றாகவே விளங்குகிறது.

இரண்டாவதாகத்தான் சிறுகதைகள் எழுதினேன். மதிப்புரை களின் வழியாகவே எழுத்துலகிற்குள் வந்தேன். நிச்சயமாக இது ஒரு நல்ல பயிற்சியாக அமைந்தது. ஏற்கெனவே உள்ள படைப்பை வாசித்து அதன் பெறுபலனை, அப்பிரதியின் மீதான சிறந்த வாசிப்புகளுள் ஒன்றை நிகழ்த்தி அதைத் தேர்ந்த சொற்களில் முன்வைக்கும் இந்த முறையியல் படைப்பாக்கத்துக்கு நிகரான செயல்பாடு என ஒவ்வொரு முறையும் உணர்ந்திருக்கிறேன். ஒரு படைப்பினுள் விமர்சகனின் பார்வையும் அவனது ஸ்தானமும் எதுவென்பதை அறிந்திருப்பவன் ஒருபோதும் அந்தப் படைப்பாளியின் இடத்தை எடுத்துக்கொள்ள மாட்டான். அவன் பேசுவதும் படைப்பாளியை நோக்கி அல்ல, வாசகனையும் எதிர்வரும் காலத்தையும் நோக்கியே. அதனால்தான் எண்ணற்ற ஆட்களால் வாசிப்புகளும் உரைகளும் நிகழ்த்தப்பட்ட ஒரு ஆக்கம், தன்னளவில் தன் ஆன்மாவின் சுடரை அணையாது வைத்திருக்குமெனில் மேலும் ஒரு நல்ல வாசிப்பாளனுக்காக, விமர்சகனுக்காக ஒளி பொருந்திய புன்னகையை ஏந்தியபடி காத்திருக்கிறது.

மௌனி, சுந்தர ராமசாமி ஆகிய ஆளுமைகள் குறித்து எழுதப்பட்டிருக்கும் கட்டுரைகளும் 'கொற்கை' நாவல் பற்றிய நெடிய விமர்சனக் கட்டுரையும் கண்ணன் கேட்டுக் கொண்டதாலேயே எழுதப்பட்டவை. என் வாசிப்பின் மீதும் எழுத்தின் மீதும் கண்ணனுக்குள்ள நம்பிக்கையே அதற்கான காரணமாக இருக்க முடியும். அவருக்கு என் அன்பும் நன்றியும்.

சுகுமாரனுடனான நெருங்கிய நட்பு இலக்கியத்தின் பெறுமதியை எப்போதும் எனக்கு உணர்த்தியபடியே இருக்கிறது. அவருடனான விரிவான உரையாடல்கள் அதுவரை காணாத சாளரங்களைத் திறந்துவிட்டதோடல்லாமல் என்னைப் பெரிதும் செழுமைப்படுத்தியிருக்கின்றன; பதற்றங்களை மட்டுப்படுத்தி முதிர்ச்சியைக் கூட்ட வைத்திருக்கின்றன. எண்ணற்ற இரவுகளில் மணிக்கணக்காக உக்கிரமாக இலக்கியம் பேசியதற்கு நிகராகவே துயரங்களையும் தோல்விகளையும் பகிர்ந்திருக்கிறேன். அவரது சொற்களிலிருந்த ஸ்பரிசத்தையும் அது தரும் ஆறுதலையும் பல மைல்களுக்கு இப்பக்கம் இருந்து உணர்ந்திருக்கிறேன். வாழ்க்கையின் எவ்வளவோ நெருக்கடிகளுக்கு மத்தியிலும் இலக்கியம் அளிக்கும் மகத்தான தருணங்களை அவரே காட்டித்தந்தார். எவ்வித எதிர்பார்ப்புமின்றி நம் பணியைக் குறையாத தீவிரத்தோடு நாம் செய்துகொண்டிருக்க வேண்டும் என்பதை உணர்த்தியவரும் அவரே. இந்நூலிலுள்ள கட்டுரைகளை எழுதிய தருணத்தில் இதன் முதல் வாசகராகவும் விமர்சகராகவும் (அவர் குறித்து எழுதப்பட்டிருப்பவற்றைத் தவிர்த்து) இருந்து அவர் சொன்ன கருத்துகளும் திருத்தங்களும் பெரிதும் பயன்பட்டிருக்கின்றன. குறிப்பாக சி. மணியின் கவிதையுலகு குறித்து அவருடன் நிகழ்த்திய உரையாடலும் விவாதமும் அக்கட்டுரையை ஏதோவொரு வகையில் பாதித்திருக்கிறது. சு.ராவுக்குப் பின் என் இலக்கிய ஆசிரியராக அவரையே மனதில் வரித்திருக்கிறேன். வாத்தியாருக்கு எப்போது முள்ள பிரியங்கள்.

ஒரு படைப்பிற்குள் கிடக்கும் மறைநுட்பங்களை வெளித் தெரியாத முகங்களை மலர்ந்த சொற்களால் மதிப்பிடக் கற்றுத் தந்த நூல் க. மோகனரங்கனின் 'சொல் பொருள் மௌனம்.' நிதானமும் பக்கச்சார்பற்ற அணுகுமுறையும் கொண்ட மோகனுடனான ஆழமான உரையாடல்களின் வழி முன்னகர்ந்து சென்றிருக்கிறேன். அந்நூலின் அறிமுக விழாவில் அன்று போதிய கவனத்திற்கு வந்திராத என்னை நூலின் முதல் பிரதியைப் பெற்றுக்கொள்ள அழைத்தார். பின் அதன் முக்கியத்துவத்தைப் பகிரும்பொருட்டு வெவ்வேறு புள்ளிகளைத் தொட்டுக்காட்டி அவருக்குக் கடிதம் எழுதினேன். அதை விரிவாக்கி எழுதப்பட்ட விமர்சனக் கட்டுரை தீராநதியில் வந்தது. பிடித்த கவிஞனான பிரான்சிஸ் கிருபாவின் 'கன்னி' நாவலை வாங்கிய உடனேயே இந்நாவல் குறித்து எழுத

வேண்டும் என உள்ளூர விரும்பினேன். அதற்கான காரணகாரிய விளக்கங்கள் இப்போதும் என்னிடமில்லை; தனிப்பட்ட ஆர்வத்தில் எழுதி அனுப்பிய கட்டுரை அது. அது போலவே பஷீர் மற்றும் அம்பையின் படைப்புலகம் குறித்த விரிவான கட்டுரைகளும். இவை தவிர்த்து பிறவனைத்தும் நண்பர்களின் தூண்டுதலின் பேரில் இதழ்களுக்காகவும் கூட்டங்களில் வாசிப்பதற்காகவும் எழுதப்பட்டவையே. அவர்களுக்கு நன்றி.

குறுகிய காலத்தில் மிகவும் நெருங்கிவந்த நட்பு இசையுடனானது. தனிப்பட்டும் இலக்கியம் சார்ந்தும் எவ்வளவோ பேசியிருக்கிறோம். அவருக்கே கரைசேரத் தெரியாது துடுப்பின்றி தவித்திருக்கும் வேளையில் நானும் அந்தப் பரிசலில் ஏறிச் சுமையைக் கூட்டிக் கவிழ்க்கப் பார்த்திருக்கிறேன். அந்தப் பரிசலின் கயிற்றைப் பற்றியிருக்கும் கைகள் யாருடையன என்பது தெரியுமென்பதால் தற்காலிகமாக அந்தச் சுழலிலிருந்து வெளியேறிவிடுவேன்.

இக்கட்டுரைத் தொகுப்புக்கான எண்ணம் மனதில் தோன்றியதற்கான மறைமுகக் காரணம் நண்பன் குணா கந்தசாமி. உடனடியாக நடக்குமென்ற எதிர்பார்ப்பின்றிக் கேட்டு வைப்போம் என்னும் எண்ணத்துடன் பல நாட்கள் மனதிலிருந்த வலைப்பூ தொடங்க வேண்டும் என்னும் விருப்பத்தைத் தயங்கி குணாவிடம் சொன்னேன். ஒரு வாரத்திற்குள் உருவாக்கி அளித்தான். கையிலிருந்த கட்டுரைகளை பதிவேற்றத் தொடங்கியதும் ஒரு கட்டத்தில் அதன் எண்ணிக்கையும் அதற்கு வந்த எதிர்வினைகளும் இக்கட்டுரைகளை நூலாக ஆக்கலாம் என்னும் நம்பிக்கையை அளித்தது. இருவருக்குள்ளும் மாறுபட்ட நிலைகளிலிருந்து எழும் பேச்சு பல சமயங்களில் விவாதமாக மாறியிருக்கிறது. அவனுக்கு அன்பும் நன்றியும்.

'மணல் கடிகை' நாவல் வெளிவந்த சமயம், எனக்கு அதை அனுப்பிப் படித்துவிட்டுச் சொல்லுங்கள் என்றார் எம். கோபால கிருஷ்ணன். என் அபிப்பிராயங்களை ஒரு கட்டுரையாகவே எழுதினேன். முதன்முறையாகப் பெரிய ஆக்கமொன்றுக்கு எழுதியதால் உருவான மகிழ்வும் பதற்றமும் நிறைவும் இப்போதும் துல்லியமாக நினைவில் ஆடுகின்றன. அதை வசந்தகுமார் படித்துவிட்டு "இந்த பையன் கவித கிவிதைன்னு போகாம இந்த பக்கமா வந்துட்டானே, தடுமாறி உருப்பட்டுத் தேறி மேல வந்துருவான்னு தோணுது கோபால்" என்று சொன்னதாக அடுத்த நாள் அழைத்துச் சொன்னார். அந்த நம்பிக்கைக்கும் உந்துதலை அளித்த சொற்களுக்கும் இருவருக்கும் அன்பும் நன்றியும்.

என் எழுத்தின் மீதும் என் மீதும் அக்கறை கொண்டிருக்கும் அம்பைக்கு அன்பும் நன்றியும். கமலாம்மாவுக்கு எப்போதுமுள்ள அன்பு.

கபாடபுரம் என்னும் இணைய இதழைத் தொடங்கும் பொருட்டு அதன் வடிவமைப்புக்கென சந்தோஷை சந்தித்தேன். அதன் பின் வந்த நாட்களின் பல்வேறு தருணங்களை அவர் மலர்ச்சியுடையதாக ஆக்கினார். அதேபோல் அவரின் தோழமையின் நெருக்கத்தை உணர்ந்த நாட்களும் அநேகம். சந்தோஷ்குமாருக்கு அன்பும் நன்றியும்.

சுணங்கிக்கிடக்கும் சில வேளைகளில், அசமந்தமான மனநிலைகளில் சட்டென லீனாவின் கவிதைகள் எனை வந்து சேர்ந்திருக்கும். சற்றும் எதிர்பாராதது இது. பின்னர் இது வழக்க மான ஒன்றாக ஆகியது. அதன் முதல் வாசகனாகப் படித்துக் கருத்துக்களைப் பகிர்ந்து பரஸ்பரம் உரையாடி முடிக்கும்போது அதுவரை அக்கணங்களை மூடியிருந்த இருளும் சோர்வும் விலகியோடியிருப்பதை உணர்ந்திருக்கிறேன். அதற்காக அந்தக் கவிதைகளுக்கும் லீனா மணிமேகலைக்கும் அன்பும் நன்றியும்.

நண்பர்கள் கார்த்திகேயன், ரமேஷ் ஆகியோர்க்கு எப்போதும் உள்ள பிரியங்கள். வாசிக்கத் தொடங்கிய ஆரம்ப நாட்களில் பெரும் திறப்பாக அமைந்த எங்களூர் நூலகத்தை இங்கு நன்றியுடன் நினைத்துக்கொள்கிறேன்.

அனைத்து நிலைகளிலும் நீங்காது எப்போதும் உடனிருந்து கொண்டிருக்கும் நண்பனும் மேதையுமான இசைதேவன் இளையராஜாவைப் பிரியத்துடன் சிரம் தாழ்த்தி வணங்குகிறேன்.

எழுதுவதற்கான மனஅமைப்பு இல்லாது போய்விடுமோ என அஞ்சும்படியாக கடந்த இரு வருடங்களில் சொந்த வாழ்க்கையில் நடந்தேறிய சில நிகழ்வுகளிலிருந்து எனைக் காத்தவர்கள் என் அம்மாவும் அப்பாவும் தங்கையும். எங்கே போய் கொட்டுவது என்று தெரியாமல் மூவரிடமும் – மரியாதைக்குறைவாக அல்ல – கடுமையாக நடந்திருக்கிறேன். சொற்களால் சுட்டுக் காயப்படுத்தி இருக்கிறேன். இந்தத் தருணத்தில் மூவரிடமும் கண்ணீரோடு வணங்கி மன்னிப்புக் கோருகிறேன். இந்த நூலைத் தங்கைக்குச் சமர்ப்பிக்கிறேன்.

அட்டைப்படத்தை வடிவமைத்த ட்ராட்ஸ்கி மருதுவுக்கும், இத்தொகுப்பை ஒழுங்கு செய்து நேர்த்தியாக உருவாக்கிய சுபாவுக்கும், பின்னட்டைப் புகைப்படத்தை எடுத்துதவிய ஷரண் பிரசாத்துக்கும் அன்பும் நன்றியும். இந்நூலை அழகுற வெளியிடும் காலச்சுவடு பதிப்பகத்திற்கு நன்றி.

கே.என். செந்தில்

அவிநாசி
07.12.2015

எண்ணம்
வெளியீடு
கேட்டல்
இம்மூன்றும் எப்போதும்
ஒன்றல்ல; ஒன்றென்றால்
மூன்றான காலம்போல் ஒன்று.

— சி. மணி

முன்னோடிகள்

மௌனி
அகவுலகின் முதல் பயணி

பிரக்ஞை சுடர் மாதிரி எரிஞ்சிண்டே இருக்கணும், உள் மனசிலே . . .

— மௌனி

எப்போதும் ஒரு மனிதன் அஞ்சுவது அஃறிணைகளைக் கண்டல்ல; சில நேரங்களில் இயற்கை நிகழ்த்தும் ஊழிக் கூத்துகளைப் பார்த்தும் அல்ல. அவன் பயங்கொள்வது மற்றொரு மனிதனைக் கண்டுதான். பெரும் வியப்பல்லவா இது? தான் கூடிவாழத் தொடங்கிய ஆதிநாள் முதல் அனுதினமும் உறவாடிக் களிக்கும் ஒருவனைப் பற்றி அவன் அறிந்திருப்பது, வெளியே நின்று நதியைக் காண்பதுபோலத்தான். இருப்பினுங்கூட அவன் அதில் இறங்கி நீராடலாம், குதூகலிக்க லாம், அந்தரங்கமாகக் கண்ணீரும் உகுக்கலாம். ஆனால் அதன் ஆழத்தை மட்டும் அவன் ஒரு நாளும் காணப்போவதில்லை. துணிந்து மூழ்கிச் சென்று திரும்பிவரும் சிலரும் காண்பது அதன் பிரம்மாண்டத்தின் ஒரு பகுதியையே. அதுபோலக் கணக்கற்ற ஆழங்களைத் தன்னுள்ளாகக் கொண்டு அது ஓடிக்கொண்டிருக்கும். இங்குதான் படைப்பாளி யின் பிரசன்னம் நிகழ்கிறது. மனதின் அடியறிய முடியாத ஆழம் நோக்கி இரு கரைகளுக்குமிடையே அலைக்கழிக்கப்பட்ட மனத்துடன் நிம்மதி யின்மையோடு அலைந்துகொண்டிருக்கும் படைப்பாளியைக் கண்டு ஒரு ஞானி மெல்லிய புன்னகையை உதிர்த்துவிட்டு அந்நதியின் மீதே நடந்துசென்றுவிடுவார். பின், ஒரு நாள் உற்சாகம்

நடையில் கூடியிருக்க, முகத்தில் கண்டடைந்த பரவசத்தோடு அந்த ஞானியை அப்படைப்பாளி தாண்டிச் செல்வான். அவர் திடுக்கிட்டு எழுந்து தன் முன் ஓடிக்கொண்டிருந்த நதி எங்கே எனக் குழம்பி நிற்பார். அவன் அந்த நதியையே சுருட்டித் தன் எழுத்தென்னும் கமண்டலத்துள் அடைத்து எடுத்துச் சென்று கொண்டிருப்பான். அவருக்கு உண்மை உறைக்கும்போது அவன் தொடுவானத்திற்கடியில் முதுகு அசைய புள்ளியாக மாறிக் கரைந்துபோவதைக் காண்பார்.

நவீனத் தமிழ் இலக்கியத்தில் அதுபோல மனம் நோக்கி இறங்கிச்சென்ற எழுத்தின் முதல் புள்ளியின் பெயர் மௌனி. அவர்தான் வாசிப்பதையும் பயிற்சியாக ஆக்கியவர். கூறியவற்றின் பொருளைக் *(Meaning)* காட்டிலும் கூறப்படாததில் அடங்கியுள்ள அர்த்தங்களை நோக்கிச் செல்வதற்கான வெளிகளை வாசகனுக்கு உருவாக்கியவர் அவர். பூட்டப்பட்ட மனக் கதவுகளுக்கு அப்பாலுள்ள நிகழ்வுகளுக்குத் தன் எழுத்தில் பிரதானமான பங்கை – முக்கால் சதவீதத்திற்கும் அதிகமாகத் – தந்தவர் மௌனி. அதற்குரிய திறவுகோல்களை அவர் முன்வந்து வழங்குவதுமில்லை. சிரத்தையும் ஆர்வமும் கொண்ட வாசகன் தன் நுட்பமான ரசனையால் ‘வசீகரம் மிகக்கொண்டு தாக்கும்’ அவ்வுலகுக்குள் நுழைந்துவிடுவான். மௌனியின் படைப்புகளில், ஸ்தூல உலகத்திலிருப்பவை அவரது கதைகளிலுள்ள பாத்திரங்களின் மனச்சலனங்களுக்கு ஏற்ப சூட்சும உலகில் வேறொன்றை உணர்த்தும் குறியீடுகளாகத் தளமாற்றம் அடைந்துவிடுவதை அவ்வாசகன் உய்த்துணர்வான்.

மிகக் கறாரான சுயவிமர்சனப் பிரக்ஞைகொண்ட மௌனியின் – அச்சுக்குக் கதைகள் செல்லும்வரை அதை மீண்டும்மீண்டும் திருத்தி மெருகேற்றும் – இலக்கியப் பிரவேசம் ஒரு விபத்துபோலத்தான் நிகழ்ந்தது. தொலைந்துபோன ஒரு குறுநாவலைத் தவிர்த்தால் ஒருவித மன எழுச்சிக்கு ஆட்பட்டு எழுதி மணிக்கொடிக்கு அனுப்பிய ஆறு கதைகளோடு அவரது படைப்பிலக்கியச் செயல்பாடு சம்பவித்தது. ஒரு புதிய குரலைக் கண்டெடுத்த பெருமையோடு தலைப்பின்றி வந்து சேர்ந்த அக்கதைகளுக்குத் தலைப்பையும் எழுதியவருக்கான புனைபெயரையும் தந்து வெளியிட்டவர் பி.எஸ். ராமையா. மௌனியைத் திருமூலரோடு ஒப்பிட்டு அவரை முதன்முதலில் பல்லக்கில் ஏற்றியவர் புதுமைப்பித்தன். அவரது சொற்களை இன்றுவரை புனிதக் கடமைபோலச் சுமந்துவரும் வாசகர்கள் அநேகம் பேர் இருக்கக்கூடும். ஆயினும் தனக்கு வாய்ப்புக் கிடைத்தபோது எழுதியும் கிடைக்காதபோது பிறருடன்

பிரஸ்தாபித்தும் மௌனியின் கதைகளின் மேல் கூடுதல் ஒளியை ஏற்றியவர் க.நா.சு.

மௌனியின் படைப்பாக்கங்களில் தொடர்ந்து தத்தளிப்பும் மனச்சஞ்சாரமும் கொண்ட இளைஞனது (சேகரன்?) அகவுலகத் தின் மறைக்கப்பட்ட பக்கங்கள் நம்முன் விரிகின்றன. அவன் எப்போதும் காதலால் கைவிடப்பட்ட கைப்பு நிலையோடு கூடிய அமைதியுடன் துயரம் நிரம்பியவனாக இருக்கிறான். நிறைவேறாமல்போவதாலேயே அக்காதல் சாஸ்வதம் அடைகிறது போலும். அந்த மகத்தான உணர்ச்சி, ஒரே மனதில் பரவசத்தையும் துக்கத்தையும் மாற்றி மாற்றிப் பீறிடச் செய்யும் விநோத ஊற்று என அவரது படைப்புலகம் நமக்குக் காட்டுகிறது. அது போலவே பிரிவும் மரணமும் விலக்க முடியாத நிரந்தர நிழல்போல அவர் கதைகளில் கவிழ்ந்திருக்கின்றன. அவருடைய ஆண்கள், பெண்களின் நினைவுகளுக்குள் – காதலில் – மூழ்கிச் சென்று அல்லல்பட்டு அதிலிருந்து மீளும் வழிகளைக் கண்டுணராமல் அதற்குள்ளேயே லயித்துக்கிடப்பதை (அழியாச் சுடர், பிரபஞ்ச கானம்) ஒருவித இன்பம் என நினைக்கின்றனர். இதிலிருந்து மேலும் முன்னோக்கி நகர்ந்து 'சுசீலா'வால் மனப்பித்துக்கொண்டவனாகக் கனவிலும் நனவிலும் உழலும் நகுலனின் உலகம் இன்னும் ஆழமான ஒன்றே.

'ஏன்' என்ற தன் முதல்கதையிலேயே – பிரசுரம் சார்ந்து – மௌனி, இதற்குப் பிறகு தான் உருவாக்கவிருந்த மன உலகம் குறித்து, அவர்களது அல்லாடல்கள் பற்றிக் குறிப்புணர்த்திவிடுகிறார். செய்நேர்த்தியும் நுட்பமான படிமங்களும் கொண்ட அவரது மிகச் சிறந்த கதைகளான 'அழியாச் சுடர்', 'பிரபஞ்ச கானம்' போன்றவற்றுக்கான முதல் சுவடாக இக்கதையையே கருத வேண்டும். பெண்களின் மீதான ஆண்களது உறவு ஒரு பார்வை யிலோ சிறு உரையாடலிலோ முடிந்துபோகக்கூடியது. அதற்குப் பின் ஆண்களின் மனம் புற உலகிலிருந்து தன்னை விடுவித்து மனதின் கூடாரங்களுக்குள் சென்று சேர்கிறது. பின்னர் அக்குரல் அங்கு மட்டுப்படுத்தப்பட்டு – இருவருக்குமே – அமுங்கிய தொனியில் கவித்துவச் செறிவுடன் அந்தக் குரல் ஒலிப்பதாலேயே அவரின் கதைகள் நித்தியத்துவத்தைப் பெறுகின்றன.

அவருடைய கதைகளிலேயே, புற உலகில் நிகழும் சம்பவங்கள் அனைத்தையும் தன் மொழியின் மூலம் குறியீடுகளாக மாற்றிக் காட்டும், மிக முக்கியமான சிறுகதை 'மாறுதல்'. கலையின் சூட்சுமம் கூடிய கதையிது. மனைவியின் மரணம் உண்டாக்கும் வெற்றிடமும் அதன் வழியாகப் பேதலிப்பும் தோன்றும்போது, மன ஊசலாட்டங்களுக்கு ஏற்பவே கண்முன்

ஓடிக்கொண்டிருக்கும் உலகம் புரிந்துகொள்ளப்படுகிறது என்னும் சிக்கலான உளவியல்கூறு இக்கதையில் அற்புதமாகத் தீட்டிக் காட்டப்பட்டுள்ளது. காகம், இரட்டை மாட்டுவண்டி, மூங்கில் கழியின் இரு முனைகளிலும் தொங்கும் பதநீர்க் குடங்கள் எனச் சகலமும் குறியீடுகளாக மாற்றமடைந்துவிடுகின்றன. மௌனிக்குச் சமூகப் பிரக்ஞை இல்லை என்னும் குறைபட்ட பல்லவியை இங்கே மீண்டும் வாசிக்க முடியாது. ஏனெனில் மௌனியின் உலகம் அக்கேள்வி நிற்கும் திசையைக் கூடப் பாராமல் திரும்பி நிற்கக்கூடியது.

ஒருவரில் மற்றொருவரின் சாயலைக் காண்பது அவரது பாத்திரங்களின் இயல்பு. இந்த ஆள்மாறாட்டத்தை சுவாரஸ்யமாக ஆக்கிக்காட்டும் 'மாறாட்டம்' கதை முடிந்தபின் எவ்விதச் சலனத்தையும் வாசகனுக்கு உண்டாக்குவதில்லை. ஆனால் இக்கதையின் முதிர்ந்த வடிவம்போல எழுதப்பட்டிருக்கும் 'அத்துவான வெளி'யை மீண்டும் மீண்டும் வாசித்த பிறகே எதன் குறியீடாக அம்மரம் அங்குத் திடுமெனத் தோற்றம் தந்து அதன் அப்போதைய முகத்தை அவனுக்குக் காட்டுகிறது என்பதை நிதானத்துடன் அசைபோடும் போதுதான் நமக்கு விளங்குகிறது. வாசித்த பின்னும் அக்கதையில் எட்டித் தொட்டுவிட முடியாத கிளைகள் அந்தர வெளியில் அசைவதையும் வாசகன் உணரக் கூடும். தன் மனைவி 'சுசீலா'வின் சாயலைப் பட்டணத்துச் 'சுசீலா'விடம் கண்டு ஊர் திரும்புதலை மறந்து கூற முடியாத காதலில் – இருவருக்குமே – உழன்று, இன்புற்றுப் பின் திரும்ப முடியாத உலகிற்குச் சென்றுவிடும் சேகரனைக் கொண்டு எழுதப்பட்டிருக்கும் 'பிரக்ஞை வெளியில்' கதையையும் இங்கு நினைவூட்டிக்கொள்ளலாம். ஆனால் இக்கதையை மாறாட்டம் சார்ந்த ஒன்றாகச் சுருக்கிவிட முடியாது.

கடற்கரையும் கோவிலும் சங்கீதமும் தெருக்களும் மௌனியின் கதைகளில் முக்கியமான இடத்தைப் பெற்று விடுகின்றன. பெரும்பான்மையான கதைகளில் இவற்றைத் தன் பிரத்தியேகமான குறியீடாக மாற்றிவிடுகிறார். இவரது கதைகளுக்குள் வரும் தாசிகள் பாந்தமானவர்கள். நாசூக்கும் மிருதுவும் கொண்டிருப்பதாலேயே அந்த ஆண்களின் மன அலைவரிசைகளின் தடுமாற்றங்களுக்குக் காரணப்புள்ளிகளாக ஆகிவிடுகிறார்கள். பெரும்பான்மையான கதாபாத்திரங்களுக்குப் பெயர்களேதுமின்றி இயங்கும் இக்கதையுலகம், நம் ஸ்திதியில் குறுக்கீட்டை நிகழ்த்திச் சில கணங்கள் அந்த நிமிடத்திலேயே நம்மை உறையச்செய்யுமளவிற்கு வல்லமை கொண்டவை.

கே.என். செந்தில்

நேரடியான கதைக்களன்களைக் கொண்ட ‘சாவில் பிறந்த சிருஷ்டி’, ‘இந்நேரம் இந்நேரம்’, ‘மிஸ்டேக்’ ஆகியவற்றில் – அவரது இலக்கிய ஆக்கங்களிலேயே பலவீனமான ‘மிஸ்டேக்’கைத் தவிர்த்துவிட்டால் மீதி இரண்டு கதைகளிலும் – சுப்பய்யரின் மனக்கசடுகளைத் துழாவிச் செல்லும் ‘சாவில் பிறந்த சிருஷ்டி’யை வாசகனால் எளிதில் மறந்துவிட முடியாது. இக்கதையை வாசிக்கும்போது ஜானகிராமனின் ‘பாயசம்’ கதை நினைவு வந்தது. (பாயசத்தில் வரும்) சாமநாதுவின் வன்மம் சுப்பய்யருடையதைவிடவும் மூர்க்கமானது. உக்கிரம் நிரம்பியது. இரு கதைகளுமே அதனதன் தளத்தில் சிறப்பாக எழுதப்பட்டிருப்பினும்கூட ஜானகிராமனின் கலை மௌனியை விடவும் மேலானது.

ஏனென்றால் மௌனியின் உலகம் விஸ்தாரமானது அல்ல. அது எல்லைக்குட்பட்டது. இந்தக் குறுகிய வெளிகளுக்குள்ளேயே அவரால் சிறப்பாகச் செயல்பட முடிந்திருக்கிறது. மௌனியின் சமகாலத்தவரான புதுமைப்பித்தன் ஒரு மேதை. அவரது ஆவேசமும் பரீட்சார்த்த முயற்சிகளும் கலை ஆற்றலும் மௌனிக்குக் கைகூடவில்லை. தன் கதையொன்றுக்கு ‘மனக்குகை ஓவியங்கள்’ என அப்போதே அர்த்தச் செறிவுடன் தலைப்பிட்ட மேதை புதுமைப்பித்தன். மௌனி மன உணர்வுகளைக் காகிதத்தில் கடத்த ஒருவிதத் திணறலைச் சந்திக்கும்போது, அதைப் புதுமைப்பித்தன் அனாயாசமாகக் கையாள்வதை அவரது ஆளுமையின் தனித்த கூறு எனலாம். மௌனியின் உரைநடை தெளிவின்மையைக்கொண்டு இயங்கக்கூடியது. அது சிலசமயம், பொருட்சிக்கலுக்கு இட்டுச் சென்றாலும்கூடக் கதை நிகழும் சூழல் உண்டாக்கும் மனத்திரிபுகளின் வரிவடிவம் என்றே அதைக் கருத வேண்டும். பல தருணங்களில் அதுதான் அந்த வரிகளுக்கு அபூர்வ ஒளியைத் தருகிறது. சில குறிப்பிட்ட ஆண்டுகள் மட்டுமே தீவிரமாகச் செயல்பட்டுப் பிறகு, அவ்வப்போது ஓரிரு கதைகளை எழுதியதோடு தன் படைப்பாக்கத் தொழிலை மௌனி நிறுத்திவிட்டது நவீனத் தமிழுக்கு இழப்புதான். அவர் மேலும் தீவிரமாகச் செயல்பட்டிருந்தால் அவருடைய இடம் வேறொன்றாகவும் மாறியிருக்க வாய்ப்புண்டு.

மௌனியை உன்னதக் கலைஞன் என்றும் பம்மாத்துக்காரர் என்றும் இருவேறு நிலைகள் கொண்ட விமர்சனங்கள் அவற்றிற்குரிய நியாயங்களோடு தமிழ்ச் சூழலில் பல காலமாக நிலவிவருகின்றன. இந்த மாறுபட்ட கருத்துருவங்களுக்கான இடங்களைத் தன் படைப்புகளிலேயே மௌனி விட்டுச்சென்றிருக்கிறார். வாசிப்பில்

நம்பிக்கையும் சுயமதிப்பீடுகளைத் தம் ரசனை மூலம் உருவாக்கிக் கொள்வதில் நாட்டமும் கொண்ட வாசகர்களே இலக்கியத்தைச் செழுமைப்படுத்துகிறார்கள். பிறர் கூறியதைத் திருப்பிச் சொல்லும் அறியாக் குழந்தைகள் அல்ல அவர்கள். முன்செல்வதின் நிழலைத் தலைகுனிந்து தொடரும் செம்மறியாட்டுக் குணத்தைத் தேர்ச்சிமிக்க படைப்பாளியோ தீவிர வாசகனோ தன்னிடம் அண்டவிடுவதில்லை.

மௌனியின் கதையொன்றில் வரும் வரியை (வாழ்க்கை ஒரு உன்னத எழுச்சி – பிரபஞ்ச கானம்) சற்றே இப்படி மாற்றிச் சொல்லத் தோன்றுகிறது. பல சமயங்களில் இலக்கியமும் ஒரு உன்னத மன எழுச்சி அல்லவா?

'மௌனி படைப்புகள்' (காலச்சுவடு பதிப்பகம், 2010)
நூலுக்கான முன்னுரை

சுந்தர ராமசாமி
யதார்த்தத்தின் அழகியலும்...
நவீனத்துவத்தின் தீவிரமும்...

"வாளின்றி, கேடயம் மட்டுமே கொண்ட ஒரு வீரன் எதிராளியின் வாள்வீச்சு தன் மீது பாயாமல் தடுத்துக்கொள்வதுபோல் படைப்பை முன்வைத்துத்தான் படைப்பாளி வாழ்க்கையின் வாள்வீச்சைத் தடுத்துக் கொள்கிறான்."

– சுந்தர ராமசாமி

ஒரு படைப்பாளியின் எழுத்து மனநிலைக்கும் கனவுநிலைக்கும் தீவிரமும் நெருக்கமுமான உறவுண்டு. இரண்டுமே சுயபோதத்தை மறக்கடித்துத் தன்னை இழக்கும் நிலைக்குக் கொண்டுசெல்லக் கூடியவை. அந்த எல்லையின்மை அளிக்கும் சுதந்திரத்தின் மூலமே அப்படைப்பாளி கொண்டிருந்த முன்தீர்மானங்கள் சூறையில் சிக்கிய துரும்புபோலக் காணாமல் போகின்றன. பின் அவன் அந்தப் படைப்பு வெள்ளத்தால் இழுத்துச் செல்லப்படுகிறான். அதனை ஒழுங்குபடுத்தும் கரைபோல பிரக்ஞை இருந்துகொண்டிருக்கும். பிரக்ஞையின்றி – ஆழமான பொருளில் – படைப்பு இல்லை. ஏனெனில் படைப்பு விழித்திருப்பவனின் கனவு. மேலும் படைப்பாளி தன் படைப்பு சார்ந்து கொண்டிருக்கும் விருப்பத்தைக் காட்டிலும் அப்படைப்பு உள்ளூரக் கொண்டிருக்கும் வேட்கை அபரிமிதமானது. எனவேதான் கற்றுக்கொள்ளும்

பேராவலுடனும் அது தரும் லாகிரியில் மூழ்கி எழும் மனதுடனும் எதையும் முட்டித் திறக்கும் மனவலிமையுடனும் படைப்பின் வாசலுக்கு வருகிறவர்களுக்கே தன் கணக்கற்ற கதவுகளை அது திறந்துகொண்டே செல்கிறது. (எனக்குப் புறப்படும் இடம் தெரியும். போகுமிடம் தெரியாது – ஜே.ஜே.) அவ்வாறான ஆக்கங்களை உருவாக்கிய படைப்பாளிகளே முந்தைய கலைச் சாதனைகளுக்குச் சவால் விட்டிருக்கிறார்கள். மேலும் நேற்றைய படைப்பு மரபின் நிழலில் ஒதுங்குவது, அதனால் கிட்டும் வெற்றியில் குளிர்காய்வது, ஒரு சிறிய வழி கிடைத்ததும் செக்குமாடுபோல அதையே சுற்றிச்சுற்றி வருவது போன்றவற்றில் சிறிதும் நம்பிக்கையின்றி விமர்சனங்களுக்கு அஞ்சாமல் நேற்றின் சாயல் சிறிதுமற்ற ஒன்றைப் படைப்பவர்களே மொழியின் பெரும் கலைஞர்களாக, தேர்ந்த ஆளுமைகளாக உருவாகியிருக்கிறார்கள்.

வாழ்க்கையின் மேல் தீரா மோகமும் அதனாலேயே அதன்மீது கூர்மையான விமர்சனங்களும் கொண்டவனே தேர்ந்த படைப்பாளி. வாழ்க்கை அளிக்கும் சிக்கல்களுக்கும் ஏற்றத்தாழ்வுகளுக்கும் கொடுமைகளுக்கும் அஞ்சி, படைப்பின் பின்னால் ஒளிந்துகொள்பவன் கோழை. மாறாக இந்தத் துக்கங்களுக்குத் தன் படைப்பின்வழியாக முகங்கொடுத்து அதை அனைத்து வாசகர்களும் உணர்ந்துகொள்ளும்படியாக மாற்றுவதே அவனது முதன்மையான செயலாக இருக்கும். இதனை விடுத்து அக நெருக்கடிகளின் வீர்யத்தை மழுங்கடித்து ஆயத்த தீர்வுகளின் பக்கமாக நம்மை நகர்த்துகிறவர்கள், வாசக மனங்களில் ஒரு சிறிய அகல்விளக்கைக்கூட இறுதிவரை ஏற்றமுடிவதேயில்லை. இவர்களுக்கு நேரெதிராக நிற்பவனுக்கே படைப்பாளிக்குரிய இருக்கையைப் போட வேண்டும். ஏனெனில் அவனது, உள்ளொளி "இருளில் மிருகங்களின் கண்கள்போல் பரவசம் ஊட்டக் கூடியது." அந்த உள்ளொளியை நம்பி ஏற்றுக்கொள்கிறவனிடமே காலம் மண்டியிடும். அவனது வாள்வீச்சு மூலமே ஜோடனைகளையும் பண்டங்களையும் படைப்பெனக் கருதும் பேதமை ஒழிந்து ஒரு சுயமான படைப்பு தன் அனைத்துச் சாத்தியங்களுடன் தீவிரமாக வெளிப்படும்.

தன் பதினெட்டாவது வயதில் சிலேட்டில் தமிழ் எழுதக் கற்றுக்கொண்ட சுந்தர ராமசாமியின் முதல் கதை வெளியானபோது அவருக்கு வயது இருபத்தியொன்று. எழுத்துலகில் தன் வழித்தடம் எதுவெனக் கண்டுகொள்ள முக்கிய காரணியாக விளங்கிய அவரது மனஅடுக்கில் வாழ்நாள் முழுக்க முதல்நிலையிலிருந்த புதுமைப்பித்தனின் நேரடி பாதிப்பைக்கொண்ட (முதலும் முடிவும்) கதையது. பின்னர் அவர் எழுதியவை முற்போக்குக் கதைகளின் அசல் முகத்தை

வெளிப்படுத்தின. லட்சியவாதிகளின் கனவு சுதந்திரத்திற்குப் பிறகான இந்தியாவில் வெறும் பகல்கனவாகிப் போனதில் எழுந்த அறச்சீற்றம் என்றே அவரது முற்போக்குக் கதைகளைக் (தண்ணீர், அக்கரைச் சீமையிலே) கருத வேண்டும். யதார்த்தத் தளத்தில் நேர்த்தியாக எழுதப்பட்டுள்ள, வாசகனை ஒருவித மனஎழுச்சிக்கு ஆட்படுத்தும் கதை 'கோவில் காளையும் உழவு மாடும்.' (மனிதத் துக்கத்தைச் சார்ந்த விசாரணை எல்லாமே முற்போக்கானது. மனிதத் துக்கத்தை விசாரிப்பவன், எந்த நிலையிலும் மனிதத் துக்கத்திற்கு ஒரு விடை காண வேண்டும் என்று தேடிச் செல்பவன் எப்போதும் ஒரு முற்போக்காளன்தான் – சு.ரா.) தமிழ் முற்போக்குக் கதைகளின் உச்சம் என இக்கதையைத் தயக்கமின்றிக் கூறலாம்.

பின்னர் முற்போக்குக் கதைகளிலிருந்து விலகி சு.ரா. எழுதிய கதைகள் வாழ்க்கையின் உள்ளழகையும் மனதின் நுண்ணிய இடங்களையும் நோக்கிச் செல்லக்கூடியவையாக இருந்தன. கதையில் நேர்த்தியும் கூறுமுறை சார்ந்த செறிவும் மொழி குறித்த அழகுணர்வும் எழுதத்தொடங்கிய குறுகிய காலத்திலேயே சு.ரா. அடைந்ததற்கான சிறந்த உதாரணங்களாகப் 'பிரசாதம்', 'சன்னல்' போன்ற கதைகள் உள்ளன. 'பிரசாதம்' கதையிலுள்ள ஈரம் ஒவ்வொருமுறை அக்கதையினை வாசிக்கும்போதும் நெஞ்சில் படர்வதை எந்த இலக்கிய வாசகனும் உணர முடியும். இக்கதை ஒருவிதத் துள்ளல் மனநிலைக்கு நம்மை இட்டுச் செல்கிறதென்றால், 'சன்னல்' முந்தைய மனநிலையைக் காலி செய்கிறது.

சு.ரா.வின் பல கதைகளில் சிறுவர்களும் கிழவர்களும் பிரதானமான பாத்திரங்களாக இருக்கிறார்கள். குழந்தைகளின் அகவுலகை நுட்பமாக எழுத்தில் கொண்டுவருவது ஆகச் சவாலான ஒன்றே. அதற்குக் குழந்தைகளின் கண்களில் உலகைக் காணும் மனம் படைப்பாளிக்கு அமையப் பெற வேண்டும். வைக்கம் முகம்மது பஷீரின் படைப்புலகை இதற்கு முன்னுதாரண மாகக் கூறலாம். 'கிடாரி', 'ஒன்றும் புரியவில்லை' போன்ற கதைகளில் வரும் குழந்தைகளின் களங்கமின்மையின் ஒளி நம்மேல் விழுந்து மேலும் அவர்களை நெருங்கிச்சென்று அறிய நம்மைத் தூண்டுகிறது. அதேபோல் குறிப்பிட்டுச் சொல்லப்பட வேண்டிய கதை 'ஸ்டாம்பு ஆல்பம்'.

ராஜப்பா தன் உயிர்போல அதுவரை கருதி வந்த ஆல்பத்தை அவன் பொறாமைகொண்டிருந்த நாகராஜனிடம் தந்துவிட்டு அழும்போது, அது நம் மனப்பாசியின் தோலை உரித்து, காற்றின்றி அடைந்துகிடக்கும் இருண்ட மனஅறைகளை அகலத் திறக்கிறது.

'இலக்கியத்தின் பயன் என்ன?' எனக் கேட்பவர்களை இது போன்ற கதைகளின் முன் கொண்டுவந்து நிறுத்த வேண்டும். தமிழில் அதுபோல குழந்தைகளின் உலகை உள்சென்று அணுகிக் கூர்ந்த அவதானிப்புகளில் எழுதப்பட்டவை கிருஷ்ணன் நம்பியின் ஆக்கங்கள். கு. அழகிரிசாமியின் 'அன்பளிப்பு', 'ராஜா வந்திருக்கிறார்' மற்றும் கி.ரா.வின் 'கதவு' போன்ற கதைகளும் இத்தரத்தினாலானவை தான். இக்கதைகள் சிறுவர்களின் உலகம் சார்ந்து எழுதப்பட்டுள்ளபோதிலும் வாசிப்பவனை வேறொரு இடத்திற்கு நகர்த்திவிடக் கூடியவை.

விரிவான வாசிப்பும் வயது தரும் அனுபவத்தின் செறிவும் கூடக்கூட நம் பால்யத்தின் மீது சூழ்ந்திருக்கும் புகைமூட்டங்கள் மெல்ல விலகும் போலும். அதனால்தான் சு.ரா.வின் கதைகளில் எஸ்.எல்.பி பள்ளியின் இருப்பும் அவரின் பள்ளிக் காலத்து இளம்பிராய நாட்களும் மீண்டும்மீண்டும் எழுதப்பட்டுள்ளன. 'குழந்தைகள் பெண்கள் ஆண்கள்' நாவலில் வாழைத் தோட்டத்தில் பாலு, ரமணி, லச்சம் மூவரும் சமையல்செய்து பரிமாறி விளையாடும் பகுதியை ஆகக்கூடிய துல்லியத்துடன், வாசிக்கை யில் சிரிக்கத் திறந்த உதடுகள் அவ்வரிகள் கடக்கக் கடக்க மேலும்மேலும் விரிந்துகொண்டே சென்று அக்குழந்தைகளின் குதூகலத்தில் இரண்டறக் கலந்து அதை அனுபவிக்கும்படியாக அச்சித்திரிப்பை, நேற்று கண்டதுபோல சு.ரா. அனாயாசமாக உருவாக்கிக் காட்டுகிறார்.

நிம்மதியின்மையினால் மனம் தத்தளிப்பதிலிருந்து விடுபடாமல் சு.ரா.வின் ஒரு கதையிலிருந்து பிறிதொரு கதைக்குச் செல்ல முடியாது. 'கிடாரி', 'லீலை' போன்றவை இத்தரத்தினா லானவை. இக்கதைகள் அளிக்கும் உணர்விலிருந்து உடனே மீண்டுவிட முடியும் எனத் தோன்றவில்லை. லௌகீக உலகினுள் சுற்றித்திரியும் நண்பர்களின் குணங்கள், காலச் சுழற்சியில் அதற்கேற்ப இயைந்து செல்லும்படியாக அவர்களிடம் உருவான மாற்றங்களை எள்ளல் நடையில் சூசகமாக உணர்த்தும் கதை 'வாழ்வும் வசந்தமும்'. தனக்குத் திருப்தியளித்த கதையென இக்கதை இடம்பெற்றுள்ள தொகுப்பில் சு.ரா. குறிப்பிட்டுள்ள கதையிது. கு. அழகிரிசாமியால் வெகுவாகச் சிலாகிக்கப்பட்ட பெருமையும் இக்கதைக்கு உண்டு.

'கூறியது கூறல்', 'போலச்செய்தல்' இவை இரண்டையுமே எழுத்தை மேல்நோக்கிய பயணம் எனக் கருதும் படைப்பாளி ஒருபோதும் செய்வதில்லை. சில ஆண்டு இடைவெளிக்குப் பின் மீண்டும் எழுதத் துவங்கிய சு.ரா.வின் படைப்புகளில் மேலும் படைப்புநுட்பங்கள் கூடி அவை வேறொரு தளத்தை

நோக்கிச் சென்றன. இதனை அபூர்வமான நிகழ்வென்றே கூற வேண்டும். முந்தைய கதைகள் அளித்த மகுடத்தை இறக்கி வைத்துவிட்டு கரகோஷங்களைத் தலையசைப்புகளால் மட்டுமே ஏற்றுக்கொண்டு புதிய களத்தை நோக்கி, அதன் வெற்றி தோல்விகளைத் துச்சமாக எண்ணியபடி முன்நோக்கிச் சென்ற பயணம் இது. அது அளித்த சவால்களை எதிர்கொண்ட படைப்பாளியின் ஆளுமையைப் பெருமளவில் அடையாளம் காட்டக் கூடியவையாக இக்காலகட்டத்துக் கதைகள் அமைந் துள்ளன. மறைபொருளின் நுட்பத்திற்கும் உணர்த்துதலின் ரகசியத்திற்கும் மொழியின் கவித்துவத்திற்கும் சாட்சியங்களாக, எந்தவொரு வாசகனுக்கும் மனஎழுச்சியை அளிப்பவையாக இக்கதைகள் உள்ளன. இவ்வாறான சிறுகதைகளுக்கு முதல் விதை 'முட்டைக்காரி'யிலேயே வெளிப்பட்டுவிடுவதைச் சற்று ஆழ்ந்து நோக்கினால் உணர முடியும். புனைகதைகளில் சு.ரா.வின் மொழி அடர்த்தியும் செறிவும் கொண்டு திணறச் செய்யும் ஒன்றாக ஆனபோது ('அழைப்பு', 'கொந்தளிப்பு', 'வழி') அக்காலத்தில் அவர் எழுதிய கவிதைகள் எளிமையையே கொண்டிருந்தன. இக்காலகட்டத்துக் கதைகளை நவீனத்துவச் சாதனைக் கதைகள் என்று தயக்கமின்றி அழைக்கலாம்.

சுந்தர ராமசாமிக்குப் பெரும்பெயர் ஈட்டித்தந்த 'பல்லக்குத் தூக்கிகள்'லிருந்து அவரது கதையுலகை அவதானித்தால் அவை கூரைகளுக்கு வெளியே நிகழ்வதைக் கண்டுகொள்ளலாம். அன்றைய சமகாலக் கதைகளில் பெரும்பாலானவை வீட்டுச் சுவர்களுக்குள் நிகழ்பவையாக உறவுகளை அலசுபவையாக இருந்தபோது இக்கதைகள் தனிமனித துக்கத்தின் வேரை நோக்கிச் சென்றன. நிம்மதியின்மையின் பெரும் பாரம் அழுத்த அதன் ஊற்றுக்கண்ணைக் கண்டு (காண இயலுமா?) அதிலிருந்து விடுபடத் துடிக்கும் (கயிற்றிலிருந்து விடுபட்ட பம்பரத்தின் துக்கத்தை நான் சொல்ல முற்படும்போது, சொல்லச் சொல்ல பம்பரத்திற்கும் கயிற்றுக்குமான உறவைப் பற்றியே சொல்லிக்கொண்டிருக்கிறேன் – 'கொந்தளிப்பு') மனதின் குரலை ('பல்லக்குத் தூக்கிகள்', 'கொந்தளிப்பு', 'அழைப்பு') இவற்றில் கேட்கிறோம். வாசகனின் மனதில் மனித இருப்பின் மீது அடுக்கடுக்கான கேள்விகளை எழுப்பும் ஆக்கங்கள் இவை. அதேபோல வெவ்வேறு வாசிப்புத் தளங்கள் கொண்டிருந்தும், குறியீட்டு ரீதியில் புரிந்துகொள்ளும்போது கூடுதல் அர்த்தத்தை அளிக்கும் கதை 'குரங்குகள்'.

பெண்ணின் மனவுலகை நுட்பமாக அணுகும் 'ரத்னாபாயின் ஆங்கிலம்' பிரசுரமான காலத்திலிருந்து பலராலும் தொடர்ந்து கவனப்படுத்தப்பட்டுக்கொண்டிருக்கிற சிறுகதை. லௌகீக

உலகில் ரத்னாபாயின் கனவுகள் நொறுங்கிவிட அவள் மொழியின் தளுக்கில் தன் உயிரைத் தக்கவைத்துக்கொள்வதன் மூலம் அடையும் ஆசுவாசத்தைச் சிக்கனமான மொழியில் உணர்த்தும் கதையிது. இதன் உட்கூறாகக் கிட்டும் பொருளை உளவியல் சார்ந்து நெருங்கும்போது இலக்கியம் நமக்களிக்கும் வாசிப்பின் எல்லைகள் முடிவற்றவை எனப் புரியவரும். இதே இடத்தில் வைத்து கவனிக்கப்பட வேண்டிய மற்றொரு கதை ‘லீலை’. கதையில் பெண்ணின் வலி சொல்லப்படுவதில்லை, உணர்த்தப்படுகிறது. அதனால்தான் அவ்வுணர்வு நம்முள் ஆழச் சென்று தைக்கிறது.

இந்தியச் சமூகத்தில் தந்தையுடன் இணக்கமான உறவைப் பேணும் மகன்கள் வெகு அபூர்வம் என்றே தோன்றுகிறது. சு.ரா.வைச் சிறுபிராயத்திலிருந்து வெருட்டிய, அவர் வாழ்நாள் முழுக்கக் கடும் விமர்சனம்கொண்டிருந்த உறவு அவருடைய தந்தையினுடையது. இவ்வுறவோடு அவருக்கு ஏற்பட்ட மன மோதல்களை, முரண்களை அவர் தன் படைப்புகளில் வெவ்வேறு தொனிகளில் வெளிப்படுத்துவதை அப்படைப்புலகோடு விரிவான வாசகவுறவு கொண்டுள்ள பலரும் அறிந்திருக்கக் கூடும். அவரது மொத்த எழுத்துகளில் பாலு, தந்தையின் சில நிமிட ஸ்பரிசங்களுக்கு ஆளாவது ‘பக்கத்தில் வந்த அப்பா’ என்ற கதையில் மட்டுமே. ஆனால் ‘குழந்தைகள் பெண்கள் ஆண்கள்’ நாவலில் அவர் உருவாக்கும் தந்தையின் சித்திரத்தில் பல்வேறு சாதகமான மாற்றங்களைக் காண முடிகிறது. அது காலம் அவருக்கு அளித்த அனுபவத்தின் வழியாகத் தன் தந்தையை விலகிநின்று பார்த்ததன் காரணமாக இருக்கலாம்.

யதார்த்தத் தளத்தைக்கொண்டு ‘வாசனை’யைப் படைத்திருந்தாலும்கூட அது ஒன்றுக்கு மேற்பட்ட அர்த்த அடுக்குகளைக் கொண்ட கதையே. அதைக் குறியீட்டு ரீதியான வாசிப்புக்குட்படுத்தும்போது முந்தைய வாசிப்பில் சாதாரண மாகக் கடந்துசென்ற இடங்கள் அர்த்தபுஷ்டியுடன் வாசகனை நெருங்கி வருவது தெரியும்.

கனவு கண்டு மனம் விம்மித்தணிய, ஆக வேண்டும் என எண்ணிய நிலைக்கும் ஊசலாட்டங்களோடு அமைந்து விட்ட இருப்புக்கும் இடையேயுள்ள, லௌகீக உலகிற்கும் அ–லௌகீக உலகிற்கும் எப்போதும் தீராமல் இருந்துகொண் டிருக்கும் ஓயாத சமரைக் கவித்துவம் மிக்க மொழியில் அபூர்வமான சொல்லாட்சிகளோடு, செறிவான மொழியால் அமைந்த கூறுமுறையின் ஊடாக சு.ரா. உருவாக்கியுள்ள ‘ஆத்மாராம் சோயித்ராம்’ கதையையும் கனவுகள் லபிக்காத

அன்றாடத்தனங்களின் மீது எரிச்சலும் அலட்சியமும் கொண்டிருக்கும் கதைசொல்லி தன் உலகிற்கு நேரெதிரேயிருந்து வந்து சேரும் மதுக்குஞ்சுவைச் சந்திக்கும் புள்ளியில் – அவரவரது பின்னணிகளோடு – ஆக்கப்பட்டுள்ள 'பள்ளம்' கதையையும் மீண்டும் மீண்டும் வாசித்து அதன் இடைவெளிகளிலுள்ள அர்த்தங்களை வாசகமனம் தானாக நிரப்பிக்கொள்ளும் என்று தோன்றுகிறது.

இத்தொகுப்பின் ஆகச்சிறந்த கதை 'கோலம்'. தேர்ந்தெடுத்த வண்ணங்களால் இழைக்கப்பட்ட அற்புதமான ஸ்படிக ஓவியம் போலவும் பல இடங்களில் பார்வையாளனின் நுட்பத்தைக் கோரும் அரூப ஓவியம்போலவும் இக்கதையின் காட்சி ரூபங்கள் உள்ளன. கிழவன் கிழவிக்கும் இடையேயுள்ள நேசம், தனிமையில் அவர்கள் நிராதரவாக இருக்க நேர்ந்துவிட்டபோதிலும் அவர்களது ஒரே செல்வம்போல இருக்கும் பேத்தியின் அனுசரணை, பின் அவர்கள் தேடிக்கொள்ளும் முடிவு போன்றவை கூடுதல் குறைவற்ற விவரணைகளாலும் பிசிரற்ற மொழிநடையாலும் நேர்த்தியாகச் சொல்லப்பட்டுள்ளது. துக்கத்தின் இழை இக்கதை முழுவதும் பின்னிப்பிணைந்து கிடக்கிறது. இக்கதையை வாசித்ததும் நம்மீது கவிழும் மௌனத்தைப் பெருமூச்சுகளாலேயே கரைக்க இயலும். மனஅமைதியைத் தொந்தரவுக்குட்படுத்தும் ஆற்றல் கொண்டது 'கோலம்'.

இந்திய மொழிகளில் வெளியான சிறந்த கதைகளோடு வைத்து மதிப்பிடப்பட வேண்டியது 'காகங்கள்'. கு.ரா.வை அவரது ஊரிலிருந்து பிரித்துப் பார்க்கவே முடியாது என்று தோன்றுகிறது. வெவ்வேறு கதைகளில் வெவ்வேறு பின்னணியோடு புகைமூட்ட மொழியிலும் தெளிவான சித்தரிப்புகளோடும் மாறிமாறி ஊரின் சித்திரம் வெளிப்பட்டபடியே இருக்கின்றன. (இதில் நினைவோடை நூல்களின் வரிசையையும் சேர்த்துக்கொள்ள வேண்டும்; குறிப்பாகக் கிருஷ்ணன் நம்பியின் நினைவோடை) அதுபோல ஊரின் வரைபடத்தை இடைகலந்து வெளித்தெரியாமல் போகிற போக்கில் கூறும் கதை எனவும் 'காகங்க'ளைக் கூறலாம். மனிதச் சமூகத்தின் வளர்ச்சி காரணமாக இயற்கையுடனிருந்த எண்ணற்ற உறவுச்சங்கிலிகள், பிற உயிர்களிடம் கொண்டிருந்த காருண்யம் மிக்க சினேகம் போன்றவை மிக மோசமான முறையில் சீரழிந்துள்ளன. அவ்வாறு ஒருவழிப் பாதையின் மூலம் காகங்களுக்குக் கிட்டிவந்த உணவு ஒரு அதிகாலையில் இல்லாமல் ஆகும் நிலையை முன்வைத்து மனிதமதிப்பீடுகளின் வீழ்ச்சியையும் அமைப்புகளின் மீது கூரான விமர்சனத்தையும் முன்வைக்கும் ஆக்கம் 'காகங்கள்'.

வெகு அற்புதமாக அவரது மண் சார்ந்த இடக்குகளுடன் படைக்கப்பட்டுள்ள சிறுகதை 'மேல்பார்வை'. இதில் வரும் கூடைக்காரக் கிழவிக்கும் ஆண்களை ஒழுங்குபடுத்தும் விளையாட்டு வீராங்கனை பொற்கொடிக்கும் இடையேயுள்ள பெரும்காலத்தின் இடைவெளி, அவ்விருவருக்குமுள்ள இருப்பு சார்ந்த இடைவெளி, அப்பெண்ணின் மோவாயைச் செல்லமாக அக்கிழவி கொஞ்சுவதன் மூலம் இல்லாமல் ஆகிவிடுகிறது. இக்கதையைப் படித்து முடித்தபின்னும் அவ்விருவர் மீதும் நம் பிரியம் சுரந்தபடியே உள்ளது. இதே தரத்தில் வைத்து அணுகப்பட வேண்டிய கதை 'நாடார் சார்'. இவ்விரு கதைகளும் சு.ரா.வுக்குப் பிடித்தமான எஸ்.எல்.பி. பள்ளியையும் அதன் மைதானத்தையும் மையமாகக் கொண்டு எழுதப்பட்டவை.

பெரும் களேபரத்தின் அடர்த்தியை, ஜனநெரிசலின் மூச்சுத் திணறலை அப்போது மனிதர்களுக்குப் புறஉலகோடு நிகழும் மோதலை சு.ரா. அபாரமான தன் மொழித் தேர்ச்சியால் வாசக மனதில் பீதி படரும்படிச் செய்துவிடுகிறார். ('போதை', 'பட்டு வாடா', 'ஒரு ஸ்டோரியின் கதை'). 'பட்டுவாடா' வாசகனையே அக்கூட்டத்திற்குள் சிக்கித் திணறும் ஒருவனாக எண்ணச் செய்யுமளவிற்கு மொழி அமைப்பைக் கொண்டது. கதையில் மொழியின் சிக்கனம் வியக்கவைக்கிறது. (வேலை தண்டவாளத்தில் விழுந்திருந்தது – பட்டுவாடா) இக்கட்டிடம் தன் முதல் தோற்றத்தில் காப்காவின் 'விசாரணை'யின் நாயகன் யோசப். க. ஓவியனைக் காணச்செல்லும் கட்டிடத்தின் சிறுசாயலைக் கொண்டிருப்பினும்கூட அடுத்தடுத்துக் கட்டிடத்தின் தோற்றத்தை விவரித்துச் செல்கையில் இது சு.ரா.வினால் கட்டப்பட்ட புனைவுலகம் என்பது விளங்குகிறது.

எளிய ஆனால் ஆழமான கதைகளையும் ('விகாசம்', 'மேல் பார்வை', 'நாடார் சார்', 'ஈசல்கள்') கதையின் சொல்முறை மற்றும் கருப்பொருள் சார்ந்து முன்னோக்கிச் செல்லும் கதைகளையும் ('அழைப்பு', 'எதிர்கொள்ளல்', 'பட்டுவாடா') சு.ரா. ஒரே காலத்தில் மாறிமாறி எழுதிவந்திருக்கிறார். எளிமையின் மீது நமக்கு ஒருவித அலட்சியம் உண்டு. எனவேதான் மொழியைச் செயற்கையாகத் திருகுவதன் மூலம் ஒரு கதை அசாதாரணத் தன்மையை அடைந்துவிடுகிறது என்ற தப்பெண்ணம் கொண்டிருக்கிறோம். தோற்றத்தில் எளிமையையும் உள்ளூர ஆழத்தையும் கொண்ட பல கதைகளைச் சு.ரா. எழுதியிருக்கிறார். அசோகமித்திரனின் படைப்புலகமும் கு. அழகிரிசாமியின் படைப்புலகமும் நேரடியாக உணர்த்துவது அதைத்தான். எழுதத் தெரிவுசெய்யும் விஷயத்தின் கனம் சார்ந்தே, அந்த விதையின் வீர்யம் சார்ந்தே அப்படைப்புமொழி வெளிப்படும் எனக்

கண்டுகொள்ள ஆகச்சிறந்த உதாரணம் சுந்தர ராமசாமியின் சிறுகதைகளின் உலகம்தான்.

சு.ரா.வின் கதையுலகில் காலம் குறித்த கணிப்புகள் அல்லது கணக்குகள் அடியோட்டமாக வந்துகொண்டே இருக்கின்றன. 'ஓசையின் அதிகபட்ச உச்சியில் நான் என் மனதிற்குள் மாற்று' என்று சொல்லிக்கொள்ளும் நிமிஷத்தில் கியர்கள் மாறி விழும் – காகங்கள். 'நான் ஓடி இறங்குவதற்கும் அந்த இடத்தில் அவர்கள் வந்து சேருவதற்கும் சரியாக இருக்கும்' – வழி. 'சன்னல்' கதையில் சில இடங்கள், 'முட்டைக்காரி'யில் அந்தக் கிழவன் அப்பெண்ணைப் பின்தொடர்ந்து அயர்ச்சியடைந்து மீண்டும் பின்தொடரும் சித்திரத்தில் அக்கால கணிப்புகள் பல இடங்களில் வெளிப்பட்டபடியே இருக்கிறது. மேலும் சில உதாரணங்களைக் கூறி இதை நிறுவ முடியும். தன் மனதில் உள்ள காலத்தின் கணிப்புகளை வெளியே நிகழும் காலம்சார்ந்த முடிவுகளோடு எப்போதும் தன் மனதில் உரசி ஆராய்ந்தபடியே இருந்திருக்கிறார் என்றே தோன்றுகிறது. சு.ரா. இளம்வயதில் படுக்கையில் நீண்டநாட்களைக் கழித்திருந்ததும், நடையின் மேல் தீவிர விருப்பம் கொண்டிருந்தவர் என்பதும் இதற்கு முக்கியமான காரணங்களாக இருக்கக்கூடும். மேலும் 'காலம்' அவரது எழுத்துகளில் நீங்காது இடம்பெற்றுவிட்ட படிமம்.

சிறு இடைவெளிவிட்டு அவர் சிறுகதைகள் எழுதியதை 'ஆரோக்கியம் எழுதிய கதைகள்' என அழைத்தார். சொகுசாக நிழலில் ஒதுங்கி இளைப்பாறும் மூப்பையோ தேக்கத்தையோ அவரது இக்கதைகள் அடையவே இல்லை என்பதோடல்லாமல் புதிய களங்களை, புதிய மொழியை நோக்கி அவர் முன்னகர்ந்திருப்பதற்கான சுவடுகள் இக்கதைக ளெங்கும் காணக்கிடைக்கின்றன. ஏனெனில் அவர் ஓயாமல் வாசித்துக்கொண்டே இருந்தார். எழுத்துசார்ந்து பெரிய கனவைக் கொண்டிருந்தார். அமெரிக்க வாழ்க்கை அளித்த சுயஅனுபவங்களை வியப்போடும் அக்கறையோடும் சூட்சுமத் தோடும் எழுதினார் ('களிப்பு', 'தனுவும் நிஷாவும்', 'மறியா தாமுவுக்கு எழுதிய கடிதம்'). இதில் பெரும்பாலான பாத்திரங்கள் தங்கள் சொந்தப் பெயரிலேயே கதைக்குள் உலவினார்கள். இதற்கு முன் சு.ரா.விடம் இல்லாத அம்சம் இது. கச்சிதமான யதார்த்தக் கதைகளான 'கதவுகளும் ஜன்னல்களும்', 'ஈசல்கள்', 'பிள்ளை கெடுத்தாள் விளை' போன்றவை அவர் இறுதிக்காலத்தில் எவ்வளவு தீவிரமாகச் செயல்பட்டார் என்பதற்கும், கலையின் மீது அவருக்கிருந்த பிடிப்பும் ஆற்றலும் சிறிதுகூட மங்கியிருக்க வில்லை – மாறாக கூடுதல் ஒளியினை அடைந்தன என்பதற்கும் படைப்புச் சாட்சியங்களாக உள்ளன. ('ஈசல்கள்' கதையையும்

'பிள்ளை கெடுத்தாள் விளை' கதையையும் பக்கநெருக்கடி காரணமாக இத்தொகுப்பில் சேர்க்க முடியவில்லை.)

சு.ரா.வின் மொத்தக் கதையுலகும் ஒன்றுக்கொன்று தொடர்பற்ற வெவ்வேறான நிறங்களையும் தனக்கேயுரிய பிரத்தியேகத் தன்மைகளையும் கொண்டு இயங்கக் கூடியது. எந்த வாசகனையும் தன் தற்போதைய ஸ்திதியின்மீது சந்தேகத்தைக் கிளப்பி வாழ்க்கையின் போதாமைகளை உணர்த்தி அவன் கூர்மதிகொள்ள அவனுக்கு மனத்தூண்டலை அளிப்பவை இக்கதைகள். மொழியின் சாத்தியத்தை இந்த அளவிற்கு விரித்த படைப்பாளிகள் தமிழில் மிகக் குறைவு. எழுத்தின் மீது சு.ரா. கொண்டிருந்த தீராத வேட்கையின், ஓயாத தேடலின் விளைவே அவரது படைப்புலகம். அதனாலேயே அது எண்ணிலடங்கா வாயில்களுடன் நம்மை வரவேற்கிறது. அவ்வாறான கதைகளைத் தந்த கலைஞனின் கதைத்தொகுதியின் முன் உங்களை நிறுத்துவதில் பெருமிதம் கொள்கிறேன்.

சுந்தர ராமசாமியின் 'வாசனை' (காலச்சுவடு பதிப்பகம், கிளாசிக் சிறுகதை வரிசை, 2011) நூலுக்கான முன்னுரை

சி. மணி
நவீன சக்கரத்தால் உருளும் பழம்தேர்

எண்ணம்
வெளியீடு
கேட்டல்
இம்மூன்றும் எப்போதும்
ஒன்றல்ல; ஒன்றென்றால்
மூன்றான காலம்போல் ஒன்று.

– *இடையீடு* (*எழுத்து*, ஆகஸ்ட் 62)

"சொல்ல விரும்பிய தெல்லாம்/சொல்லில் வருவதில்லை" என்று தொடங்கும் சி. மணியின் மேற்குறித்த கவிதை அவருக்கு மட்டுமல்ல, ஒட்டுமொத்தக் கவிதையியலுக்கே பொருந்தும் சாளரங்களையுடையது. இதில் 'கேட்டல்' என்பதை மட்டும் மனதிற்குள் சென்று ஒலித்தல் என அர்த்தப்படுத்திக்கொள்ள வேண்டும். இவ்வரிக்கு முழுமையாக இல்லையென்றாலும் வேறொரு விதத்தில் ஒப்புநோக்கத்தக்க பிரமிளின் "சொல்லோ சொப்பனம்/சொல்லிரண்டின் இடுக்கில்/சொப்பனத்தின் கண விழிப்பு" என்னும் வரியையும் சேர்த்துக்கொள்ளலாம். பழனிச்சாமி, சி. மணி என்ற கவிஞராக ஆனதற்குப் பின்புலமாக இருந்தது அவரது பழந்தமிழிலக்கியத்தின் மீதான புலமையும் மரபின் மேல் கொண்டிருந்த ஆழமான ஈடுபாடும். ஆனால் இவை மட்டும் ஒரு கவிஞன் உருவாகக் காரணியாக இருக்க முடியாதல்லவா? பாரதிக்கு முன்னும் பாரதி காலத்துக்குப் பின்னும் வந்த சில கவிஞர்களுக்கு வேண்டுமெனில் அவை

பொருந்தக்கூடும். ஆனால் புதுக்கவிதை தமிழில் எழுதப்பட்ட பின்னர் அந்தப் பார்வை காலத்திற்கு ஒவ்வாததாகவே கருதப்பட்டது. ஏனெனில் மரபில் பெரிய பயிற்சிகொண்ட ஆயிரக்கணக்கான தமிழாசிரியர்களிடமிருந்தும் கல்லூரிப் பேராசிரியர்களிடமிருந்தும் (விதிவிலக்குகள் நீங்கலாக) சொந்த மொழியும் வீச்சும் கொண்ட கவிஞன் ஏன் உருவாகிவர வில்லை? ஏனெனில் இவற்றையெல்லாம் கடந்த 'ஏதோ ஒன்றால்' உசுப்பப்பட்டுதான் கவிஞன் உருவாகிறான். மேலும் கவிதை, வாழ்க்கையின் பல்வேறு தளங்களைச் சில வரிகளில் சென்று தொடும் வல்லமைகொண்ட வினோத வஸ்து என அவன் அறிந்தும் இருக்கிறான். வானம் நோக்கி மனதை எழச் செய்யும் கவிஞன்தான், அடுத்த சில கவிதைகளில் கண்ணீரின் தடத்திற்கும் கூட்டிச் செல்கிறான். மரபை மட்டும் சி. மணி கைக்கொண்டிருந்தால் அவரால் மேலெழுந்திருக்க முடியாது. மரபான மனதால் கவிதைகளுக்குள் சோதனை முயற்சியையும் நவீன கவிதையையும் எழுதியிருக்கவும் முடியாது. உலகம் நவீனத்துவத்தின் அலையால் ஆகர்ஷிக்கப்பட்டபோது அதற்கு நிகராக அதன் சுவடு தமிழிலும் ஆழமாகவே பலரிடமும் பதிந்தது. அவர்களுள் ஒருவர் சி. மணி. மரபும் நவீனத்துவமும் இணையும் புள்ளியில் இரண்டையும் அங்கதமும் பகடியுமான மொழியில் எள்ளல் தொனியில் எழுதியவர் செல்வம் (எ) வே. மாலி (எ) ஓலூலூ (எ) ப. சாமி (எ) தாண்டவ நாயகம் (எ) சி. மணி.

"தமிழில் எனக்கு யாரும் முன்மாதிரி கிடையாது" என்று கூறும் சி. மணியைப் புரிந்துகொள்ள *எழுத்து*வில் அவருடனும் அவருக்குப்பின்னும் எழுதவந்த பிற கவிஞர்களோடு அவரை ஒப்பிட்டுப் பார்ப்பது சற்றேனும் உதவக்கூடும். 'இரண்டாம் பிறவி எடுத்ததுபோல' புதுக்கவிதைகளை எழுதிய ந. பிச்சமூர்த்தி, 'மயன்' என்னும் பெயரில் கற்பனை கலவாமல் யோசித்து அறிந்த மொழியில் எழுதிய க.நா.சு, அடர்த்தியான படிமங்களும் உருவகங்களும் சொல்வன்மையும் கொண்ட பிரமிள், 'பெட்டிக் கடை நாரண'னால் தூண்டப்பட்டு நவீனக் குரலுடன் உள்ளே வந்த பசுவய்யா, தனதேயான உலகை எழுதிய நகுலன், குறிப்பிடத்தகுந்த கவிதைகளை எழுதிய எஸ். வைத்தீஸ்வரன், ந. பிச்சமூர்த்தி கவிதைகளின் மற்றொரு மாதிரியான தி.சோ. வேணுகோபாலன் போன்றோரது கவிதைகள் யாப்பைப் பக்கமாக அல்ல, தூரமாக நின்றுகூட எட்டிப்பார்க்கவில்லை. ஆனால் சி. மணி யாப்பிலும் பழைய **பா** வகைகள் கொண்ட செய்யுள்களாலும் உவமைகளாலும் ஆன புதுக்கவிதைகளை *எழுத்து*வில் தொடர்ந்து எழுதியிருக்கிறார். யாப்பின் துடுப்பின்றி அவரது கவிதைப் படகிற்குள் வாசகனால் செல்ல முடியாது.

இன்னும் கூறுவதென்றால் அந்தப் படகின் பலகைகள் கூட செய்யுள்களின் வடிவத்தால் ஆனவையே. எனினும் இது வாசகனுக்குத் தொந்தரவாகவோ உள்நுழைய தடையாகவோ இருக்கவில்லை. ஏனெனில் அதற்குள் அமர்ந்திருப்பவன் நவீன வாழ்க்கைக்குள் சுற்றும் மனிதன். அவனைச் சுற்றித்தான் அவரின் கவிதைகளும் எழுதப்பட்டிருக்கின்றன. ‘யாப்பும் கவிதையும்’ என்ற சி. மணியின் ஆய்வு நூல் அவரது கவிதையியலைப் பற்றிய புரிதல்களுக்கு மேலும் பயன்படக்கூடியது. “‘பெட்டிக்கடை நாரணன்’ தன்னைப் பாதிக்கவில்லை. எனக்கும் அதற்கும் சம்பந்தம் இல்லை” என சி. மணி சொல்வதை இந்தத் தளத்தில் வைத்தே புரிந்துகொள்ள வேண்டும்.

சி. மணி, டி.எஸ்.எலியட்டின் தாக்கத்தால் ‘முக்கோணம்’ என்னும் தன் முதல் கவிதையை *(1959) எழுத்து*வில் எழுதினார். எலியட்டால் இவ்வளவு தீவிரமான பாதிப்பிற்குள்ளான முதலாவது தமிழ் கவிஞன் இவராகவே இருக்கலாம். ஏறக்குறைய கடைசியாவது கவிஞனும் மணியென்றே தோன்றுகிறது. டி.எஸ். எலியட் நூற்றாண்டையொட்டி பிரம்மராஜன் தேர்ந்து தொகுத்த, மீட்சி *(Dhanya & Bramma Publishers ,Ooty 1998)* வெளியீடாக வந்த சிறுகட்டுரை நூலை இங்கு குறிப்பிட்டுச் சொல்ல வேண்டும். எலியட்டின் ‘பாழ்நிலம்’ *(Waste Land)* கவிதையால் தூண்டப்பட்டு மணியால் எழுதப்பட்ட ‘நரகம்’ நெடுங்கவிதை அவரை நினைவுகூரும்தோறும் அவர் பெயரோடு ஒட்டிக்கொள்ளும் படியான புகழையும் பலருடைய சிலாகிப்பையும் பெற்ற கவிதை களுள் ஒன்று. அவரின் பெரும்பாலான கவிதைகளுக்குள் இருந்து கொண்டிருந்த நுண்ணுணர்வும் மொழித் தேர்ச்சியும் இக் கவிதையின் இருப்பை சாஸ்வதம் ஆக்கியிருக்கிறது.

அங்கதத்தை நவீன தமிழ்க் கவிதைகளுக்குள் ஒலிக்க வைத்த முன்னோடிக் கவிஞன் சி. மணி தான். அதுபோலவே வாழ்க்கையின் அபத்தத்தையும் சலிப்பையும் பகடியாக எள்ளலோடு புதுக்கவிதைக்குள் முன்வைத்தவரும் இவரே. “பழைய கவிதை வடிவங்களில் புதிய காலத்தின் பிரச்சனை களைச் சொல்லும்போது அது தன்னிச்சையாகவே அங்கதமாக மாறிவிடுகிறது” என்னும் எலியட்டின் கூற்று உடனடியாக நினைவில் வந்து அமர்கிறது. சி. மணியைப் பின்தொடர்ந்தவர் களாக ஞானக்கூத்தனையும் ஆத்மாநாமையும் சொல்லலாம். அந்த அங்கதம் ஞானக்கூத்தனிடம் மேலும் கூர்மைகொள்ளும் போது ஆத்மாநாமிடம் நேரடித்தன்மையிலான அபத்தக் கவிதைகளாகவும் அரசியல் கவிதைகளாகவும் பரிணாமம் பெறுகின்றன. குறிப்பாக “ஒய்விலாப் புலன்வழிச் சோதனை/

வாழ்க்கை. புதுச்சுவை அறிய/சிகரெட் பிடிக்கலாம் முதலில்" (பச்சையம்) என்னும் வரி ஆத்மாநாமிடம் வேறொன்றாக தொடர்வதைக் கவனிக்கலாம். 'மினியுகம்' என்னும் சி. மணியின் கவிதை அவரது அரசியல் கவிதையாகக் கருதத்தக்கது.

என்ன செய்வ திந்தக் கையை
என்றேன். என்ன செய்வ தென்றால்
என்றான் சாமி. கைக்கு வேலை
என்றி ருந்தால் பிரச்னை இல்லை;
மற்ற நேரம், நடக்கும் போதும்
நிற்கும் போதும் இந்தக் கைகள்
வெறுந்தோள் முனைத் தொங் கல், தாங் காத
உறுத்தல் வடிவத் தொல்லை (தீர்வு–கசடதபற மே 71)

சி. மணியின் அழியாத கவிதைகளுள் ஒன்று இது. இக் கவிதைக்குள், இந்தக் கைகள்/வெறுந்தோள் முனைத் தொங் கல், தாங் காத/ உறுத்தல் வடிவத் தொல்லை/ என்னும் வரிகள் இடைகலக்கும் போது அது அபத்தமும் சலிப்புமான ஒன்றாக ஆகிவிடுவதையும் இவ்வாறான கவிதைகளில் நவீனத்துவத்தின் ஒரு முகத்தை சி. மணி அடங்கிய தொனியில் வெளிப்படுத்துவதையும் உணரலாம். ஒன்றுக்கும் உதவாது வெறுமனே தொங்கும் கையை "காலாக் கென்றேன்" என்னும் முடிப்பில் தொக்கி நிற்கும் கிண்டல், திண்ணை இருட்டில் தலையை எங்கே வைப்பதெனக் கேட்டவருக்கு "களவு போகாமல் இருக்க கையருகே வை" என்ற ஞானக்கூத்தன் கவிதையில் சற்றும் குறையாமல் வெளிப்படுவதை நினைவுபடுத்திக் கொள்ளலாம்.

பளபளப்பும் நம்பவைக்கும் தந்திரமும் கொண்ட விளம்பரப் போலி நபர்களை மறைமுகமாகப் பகடி செய்யும் இந்த சி. மணியின் கவிதை அவர்களிடம் ஏமாறுவோரையும் குறுக்கில் குத்துகிறது. முக்கியமாக தலைப்போடு இக்கவிதையைச் சேர்ந்து வாசிக்கும் ஒருவர் இக்கவிதையின் எள்ளலை ரசிக்காமல் இருக்க முடியாது.

தலைவிதி

முற்றி லுமுன்தன் விதியினைப் புதிதாய்
மாற்றி எழுதும் நேரம் வந்து
நிற்கி றது, வா ஓடிவா எனவும்,

ஓட்டமாய் ஓடிப் போயென் தலையைக்
காட்டினேன்; காட்டவும் இடக்கை நீட்டி

எட்டினார்; எட்டிக் கூந்தலைச்
சட்டெனப் பிடித்ததும் அடித்தார் மொட்டை.

இதிலுள்ள “ஓடி வா” என்ற அழைப்பும் “ஓட்டமாய் ஓடிப் போய்” நிற்கும் நிலையும் “சட்டென” என்பதில் வெளிப்படும் வேகமும் கவிதையை மேலும் ஒளிபெறச் செய்கிறது. இதே ரீதியில் வைத்து மதிப்பிட வேண்டிய மற்றொரு கவிதை ‘பாராட்டு.’ எழுத்துலகில் போதுமான பரிச்சயம் உள்ளவர்கள் இக்கவிதையின் உள்ளே அமர்ந்திருக்கும் நகைப்பொலியைக் கேட்டுவிட முடியும்.

பாராட்டு

கைப்பையை மாம்பழங்கள் நலுங்காமல்
வைத்தபடி இதைக்கேளடா ஒரு பயலும்
இதுமாதிரி, சிரசாசனம் இருந்தாலும்
எழுதுவதற் குமுடியாதென ஒருமுன்னுரை
கொடுத்துவிட்டுப் பரபரப்புடன் விளக்கினேன்விளக்
கினேன்சுமார் அரைமணி; அவன்முகத் தையேநோக்
கினேன், எப்படி என்றுகேட்டு நிறுத்தியபின்

‘ஆஹா

என்ன அருமை இந்த வாடை.
குண்டு தானே ? என்று கேட்டான்.

இந்த ‘குண்டுதானே?’ என்பதில் தொற்றிக்கொண்டிருக்கும் கிண்டல் அபாரமானது. சி. மணிக்கே உரியது.

அதுவரை கவிதைக்குள் இருந்த ஒருவித புனித (அ) இவை பேசப்படலாம் மற்றது கூடாது என்ற நியதியை எல்லைகளை மூர்க்கமாக மீறியவர் சி. மணி. கவிதைக்குள் இடக்கரடக்கலுக்கு என்ன சோலி என்ற வினாவைத் தன் கவிதைகளின் வழியாக முன்வைத்தார்.வழமையிலிருந்து விலக்கித் தள்ளிவைக்கப் பட்டதையும் மூடிவைக்கப்பட்டதையும் இவரே கவிதைக்குள் கொணர்ந்தார். வேறு கவிஞர்கள் இந்த இடத்திலிருந்து ஆன்மிகத் தளம் நோக்கி நகர்ந்துவிடும்போது சி. மணி அதே லௌகீக உலகினுள் இருந்தபடியே இது போன்ற கவிதைகளைத் தொடர்ந்து எழுதிவந்திருக்கிறார்.

“எனக்கென்று வட்டமிட் டண்ணாந்து
விம்மி யிருக்குமுன்றன்
தனக்குன்றி லேறி விழுவேன்நின்
அல்குற் றடாகத்திலே”.

என்னும் பலபட்டடை சொக்கநாத புலவரின் தனிப்பாடல் திரட்டிலிருக்கும் பாடலொன்றை (புலவர் அரைசதத்துக்கும் ஒன்றிரண்டு அதிகமான கவிதைகள் எழுதியிருப்பினும்

இதுவே அவரது ஆகச்சிறந்த கவிதை எனச் சொல்லப்படுகிறது) தன் நெடுங்கவிதையொன்றுடன் (பச்சையம்) இடைகலந்து எடுத்தியம்பும் சி. மணியின் இந்தத் தேர்ந்தெடுப்பு அவரது சொந்தவரிக் கவிதைகளுக்கு விளக்கமுடியாத அழகைத் தருகிறது.

> முன்நோக்கும் இருமுலைகள்
> கண்காம்பு முகம்தூக்கி
> வான்நோக்கி அகம்மலர
> மீன்வார்ப்பில் சிறுகச்சு

மேற்குறிப்பிட்ட இரண்டு (சீர் பிரித்து எழுதப்பட்டிருப்பினும் கூட) கவிதையிலுமே பெண் உடல் மீதான ஆணின் மோகத்தைத் தீவிரமாகச் சொல்லும் வரிகளுக்கிடையே காமம் மட்டுமல்ல, அளவற்ற காதலும் கலந்துகிடக்கிறது. இன்று இயல்பாக தோன்றக் கூடிய இக்கவிதைகள் அன்று அளித்திருக்கக் கூடிய அதிர்ச்சியை யூகிக்க முடிகிறது. நா. வானமாமலை போன்ற இடதுசாரிகள் புதுக்கவிதைக்குப் போட்ட முட்டுக்கட்டைகளில் முதலாவது கட்டை அது ஆபாசமானது என்பதே. அவரையும் அவரைப் போன்றோரையும் நோக்கி "எழுத்திலே பச்சை எழுத்தாளன்/ மனதிலே பச்சையென் றாகுமா?" என்று கேட்கும் சி. மணியின் கவிதை இவ்வாறு தொடங்குகிறது.

> சொல்கிறார்கள்
> எழுத்திலே கூடாதாம்;
> பாலுணர்ச்சி கூடினால்
> பச்சையாம்
>
> வாலை இளநீரை வாய்விழியால்
> வாரிப் பருகும் இவர்கள்
> இளமை கொடுக்கும் துணிவில்
> இடித்துக் களிக்கும் இவர்கள்
> வயது வழங்கிய வாய்ப்பில்
> அமர்ந்து சிலிர்க்கும் இவர்கள்
> இருவரைக் கட்டிலேற்ற ஊதி
> முழக்கியூர் கூட்டும் இவர்கள்
> இருளில் ரகசியமாய் வெட்கி
> மருவி மயங்கும் இவர்கள்
> பிறகு தவழவிட்டு ஊரெல்லாம்
> பெருமை உரைக்கும் இவர்கள்
> எல்லாம் இவர்கள்தான் – வேறு யார்
> சொல்வார்கள்? கூடாதாம்; பச்சையாம்

எனத் தொடர்ந்துபோகும் இந்த நெடுங்கவிதை மணியின் தேர்ந்த மொழிப் பயன்பாடு வெளிப்படும் கவிதைகளுள் ஒன்று. அதிலும் வெகுசிக்கனமான மொழியில்

> இருவரைக் கட்டிலேற்ற ஊதி
> முழக்கியூர் கூட்டும் இவர்கள்

கே.என். செந்தில்

எனும்போது அதற்குள் காணக்கிடைக்கும் மெல்லிய அங்கதமும் விமர்சனமும் "தனி ஊசல் போல" மனதிற்குள் "இடவலமாய்" அசையும். மணி இது போன்ற கவிதைகளின் வழிதான் தனித்துவத்தோடு எழுந்து நிற்கிறார் என்று தோன்றுகிறது. பெண்ணின் அவயவங்கள் ஆணிடம் கிளர்த்தும் இச்சையை நளினமாக

தவளைக்குப் பாம்பின் வாய்விரிப்பாய்
அவள் வியப்பின் விழிவியப்பைக்
கடைக்கண்ணில் களித்து

என்கிறது ஒரு நெடுங்கவிதையின் சில இடைவரிகள். மேலும்

இட்ட அடிக்கும் எடுத்த அடிக்கும்
இசைந்தே ஆடும் சடையழகை
நெளிந்தே குலையும் பின்னழகை

இந்தப் பின்னழகின் வர்ணனைகள் மணியின் கவிதைகளில் பல இடங்களில் வருகின்றன. குறிப்பாக

பார்த்தேன் வெள்ளைப் பூவேலை
வார்த்த சோளி முதுகை;
தெரிந்தது முகமே.

எனும்போது அக்காட்சியைக் கற்பனையில் கண்டு அசைபோடும் மனம் மெல்லிய நகைப்புக்குத் தயாராவதை உணரமுடியும்.

அதுபோலவே அழகும் தன்னியல்பும் கொண்ட காதல் கவிதைகளில் சி. மணி தன் நுட்பமான அவதானிப்புகளை நோக்கி வாசகனை நகர்த்திவிடுகிறார்.

என்னை
நீரா யணைத்தா யணைத்து
விட்டதும் கரியானேன் ஆனதும்
இருவிழிப் பொறியால் தீமூட்டித்
திரும்ப நெருப்பாக்கி

நீரால் அணைத்துக் கரியாக்கியவளே மீண்டும் நெருப்பாக்கும் காதல் மிகக்கொண்ட பார்வையைத் தீட்டிக் காட்டும் இக்கவிதை இரு இணைகளுக்கு இடையிலான ஊடலையும் கூடலையும் வெகு நேர்த்தியாகச் சொல்கிறது. இக்கவிதையுடன்,

மெய்யோடு உயிரென
மெய்யுறப் புணர்ந்ததும்
என்னினம் துறந்துநான்
உன்னினம் திரிந்தேன்

என்ற கவிதையையும் சேர்த்தே வாசிக்கலாம். தலைவன் தலைவி பிரிவாற்றாமையில் நோகும் நெஞ்சத்தை, சங்கக் கவிதை இயற்கையோடு இயைந்த அபூர்வமான காட்சிகளால் வர்ணிப்பதுபோல சி. மணியும்

நீர்காணா ஏரிபோல் நெஞ்சு பிளக்க
தூறலிடைக் காடாக மாநிலம் மங்க
குளவியின் துளையொலி செவியில் சுழல . . . (பிரிவு)

என அடுக்கும்போது மனதில் ஓடும் துயரை மேலும் ஒருபடி கூட்டிவிடுகிறார். சொல்லிணைவுகளிலும் சொற்தேர்வுகளிலும் அவர் கொண்டிருக்கும் பிரக்ஞை பூர்வமான ஈடுபாடு அந்த திரும்பச் சொல்லுதலின் சலிப்பிலிருந்து வாசகனை விடுவித்து அந்த அனுபவத்தை நோக்கி நகரச் செய்கிறது.

பல பத்தாண்டுகள் வேலை நிமித்தம் ஆசிரியராக இருந்தபோதும்கூட அதையொட்டிய ஆக்கங்கள் அவரது கவியுலகினுள் காணக்கிடைக்கவில்லை.மாறாக நகரத்தை அதன் புறவெளியை வெவ்வேறு காட்சிகளைச் செறிவான (சீர் பிரித்த) மொழிநடையில் அவர் லாவகமாகக் கையாண்டிருக்கிறார். 'பாரி' போன்ற கவிதையில் வெளிப்படுவது அந்தக் கூறுதான். *எழுத்து* காலகட்டக் கவிதைகளில் வைதீஸ்வரனிடமும் இந்நகரச் சித்தரிப்புகளைக் காண இயலும். சி. மணியின் புகழ்பெற்ற கவிதைகளுள் ஒன்றான 'வரும் போகு'மில் அவர் காட்டும் காட்சிகள் அனைத்தும் அபத்தமானவை ஆகும்படி நாடகத்தில் வரும் கட்டியக்காரனைப் போல சி. மணி அவ்வப்போது உள்ளே நுழைந்து

காதடைக்கும் இரைச்சலுடன்
டவுன்பஸ்கள் வரும் போகும்

எனச் சொல்வது அக்கவிதையின் தளத்தையே புரட்டிப் போட்டு விடுகிறது.

அலுவல் முடித்து 'மனைக்கேக'க் காத்திருக்கும் இடைவெளியில் பஸ் நிறுத்தத்தில் நிகழும் கூத்துக்களை அதே சீர் பிரித்த செய்யுள் நடையில் சிக்கனமும் பரிகாசமுமாக எழுதப்பட்ட கவிதை இது.

கோடிவரை யோட்டிக் கள்ளவிழி சுழற்றி
நோக்கி நேர்நோக்கி எதிர்நோக்கி நோக்கிப் . . .

எனும் போதிலோ "டிக்கட்ஸ்" எனும் நடத்துநரின் குரலிலோ அதற்குள்ளாக நிகழ்ந்துகொண்டிருக்கும் மனிதனின் நடவடிக்கைகளை கார்ட்டூனாகச் சித்தரித்துக் கேலியுடன் கவிதையை நடத்திச் செல்கிறார் மணி.

அவரது கவிதைகளின் பல இடங்கள் வாசகனின் கற்பனைக்கான வெளியாகச் சட்டென நெருங்கமுடியாவண்ணம் இருமை சூழ்ந்ததாக இருப்பதையும் இங்கு கூறத் தோன்றுகிறது. 'பாழ் நிலத்தை' வாசிக்க எவ்வளவு வாசிப்பு விரிவு வேண்டுமோ

அதே அளவிற்கு 'நரகத்தை'ப் படிக்கவும் வாசகனுக்குப் பயிற்சி வேண்டும். கவிதையுடன் இடைகலந்து வரும் கம்ப ராமாயணத்தோடும் சீவக சிந்தாமணியோடும் அவனுக்குப் பரிச்சயமும் பயிற்சியும் இருக்கக்கூடுமெனில் அக்கவிதைக்குள் அவனால் மேலும் இறங்கிச் செல்ல முடியும். அத்தகைய மரபான இலக்கியங்களின் மேல் புலமை உடையவர். இதன் பிறகும் சி. மணியை நவீன கவிஞனாக நிறுத்துவது 'அறைவெளி' போன்ற கவிதைகள்தான்.

அறைவெளி

தப்பிவிட்டேன் என்று விழித்தேன்
சுற்றும் முற்றும் பார்த்தேன் மேலே
வானம்;
நான்கு பக்கமும் கூரிருள்.
கூரை சுவர்கள் எதுவுமில்லை
எல்லாப் பக்கமும் வழிகள் தெரிந்தன.

வெட்டவெளிதான் இது அறையல்ல
என்று சில கணம் துள்ளியது என் மனம்.

மேற்கே நடந்தேன் இடித்தது ஒரு சுவர்
தெற்கே நடந்தேன் இடித்தது ஒரு சுவர்
வடக்கே நடந்தேன் இடித்தது ஒரு சுவர்
கிழக்கே நடந்தேன் இடித்தது ஒரு சுவர்
எம்பிக் குதித்தேன் இடித்தது கூரை.

வெட்டவெளியாக நினைத்து மனம் துள்ள நடக்க துவங்கும் போது நான்கு திசைகளிலும் சுவர் இடிக்கிறது. இருக்கும் ஒரு வழியாக மேலே எம்பிக் குதிக்கவும் அங்கும் "இடித்தது கூரை". மேற்குலகின் கவிதைகளோடு வாசிப்பில்லாத ஒருவரால் இத்தகைய வரியை எழுத முடியாதென்பது திண்ணம். நவீன வாழ்க்கையின் நெருக்கடியை அபத்தத்தைத் தீவிரமும் அங்கதமும் கலந்துசொன்ன சிறப்பான தமிழ்க் கவிதைகளுள் ஒன்று இது. அதுபோலவே இவருக்கு முன்பே ந. பிச்சமூர்த்தி போன்றோரிடம் நெடுங்கவிதை (காட்டுவாத்து இன்னும் சில . . .) உண்டென்றாலும் சி. மணியின் நெடுங்கவிதைகள் ஞாபகத்தில் நிலைத்திருக்கக் கூடியவை. பிச்சமூர்த்தியின் நெடுங்கவிதைகள் ஒரு கதையைச் சொல்பவை, அதுவும் நேரடியாக. ஆனால் சி. மணியின் நெடுங் கவிதைகளைத் தான் கவிதைகளாகச் சொல்லமுடியும். ஒரு வகையில் கலாப்ரியாவின் 'சுயம்வரம்' போன்ற (குறுங்காவியம்) நெடுங்கவிதைகளுக்கு – உள்ளடக்க ரீதியாக அல்ல – இவரது கவிதைகளின் பங்கும் மறைமுகமாகவேனும் இருக்கக் கூடும்.

சி. மணியிடம் காணக்கிடைக்கும் மரபார்ந்த பயிற்சி தன் கவிதைகளையும் அது போலவே சீர்பிரிக்கிறது. ஒரு சொல்லை

ஒட்டவைத்து அடுத்த சொல்லை அதற்கடுத்த ஒன்றோடு இணைத்துவிடுகிறது. நகுலனும் இதைச் செய்திருக்கிறார் என்றாலும் அதிலிருந்து முற்றிலும் மாறுபட்டது இது. யாப்புக்கு ஏற்ப அந்தந்த **பா** வகைகளின் இலக்கணத்திற்கு (கலிப்பா, ஆசிரியப்பா, கலிவெண்பா) ஏற்ப அமைக்கப்பட்டுள்ளது. அது ஒரு வித இசைத்தன்மையைச் சந்தத்தைக் கவிதைகளுக்கு அளிக்கிறது என்றபோதிலும் வாசகனை அவரின் கவிதைகளிலிருந்து அந்நியப் படுத்துவதும் இதே செயல்பாடுதான்.

என்னை நீதப் பாகப் புரிந்து
கொண்டு விட்ட தாக வருந்து
கின்றாய். என்ன தான்நெ ருங்கிய
நண்பன் என்றா லும்கு கைக்குவெ
ளிப்பு றம்தான் . . .

ஏன் இப்படி சுற்றிவளைத்தல் என்று தோன்றினாலும் இதுவும் கூட கவிதைக்கு ஒரு வித அங்கத தொனியை உண்டாக்கத் தானோ என்றும் நினைக்கவைக்கிறது. இருப்பினும் இந்த பிரிப்பு தொடர்ந்து நிகழும்போது அது ஒருவித விலகலையே வாசகனுக்கு அளிக்கும். ஆனால்

சாதா
ரணவாழ்வு வாழும்சரா சரிமனிதன் இவன்

என்று அதே பிரிப்பு நிகழும்போது ஏதோ ஒரு வகையில் எளிய சொல்கூட புதிய அர்த்தங்களை நல்கும் என அவர் நம்பியதைப் புரிந்துகொள்ள முடிகிறது. அதை மொழி விளையாட்டாக அல்லாமல் சோதனை முயற்சியாகவே கையாள்கிறார். அது அவரது கவிதையாக்கத்தின் ஒரு பகுதியும் கூட. ஏனெனில் அவரது அறிவின் சுடரால் தீண்டப்படாத கவிதைகள் எவையும் இருப்பதாகத் தெரியவில்லை. அந்தப் பிரித்தல்கூட வாசக மனதில் எவ்வாறு வினையாற்றும் என்பதையும் அறிந்திருந்தார் என்றே படுகிறது. அதனால்தான்,

"ப்பூ இவ்வளவு தானா?" என சாதாரண வழக்கத்திலிருக்கும் தொடரைக் கூட

"பூஉ இவ்வளவு தானா?"

என அவரது கை மாற்றிவிடுகிறது. செய்நேர்த்தியால் மிளிர்ந்தாலும் கூட பிரிப்பு ஒரு கட்டத்தில் சலிப்பையே உருவாக்கும்.

கவிதையை மட்டுமே படித்துக் கவிதையைப் பற்றி மட்டுமே பேசி ஒரு கவிஞன் (பிற படைப்புத் துறை சார்ந்தோரும்) தன்னை ஒற்றைக் குடைக்குள் சுருக்கிக் கொண்டு விடமாட்டான். அவன் மனம் இயல்பாக நாடிச் செல்லும் ஆளுமைகளின் மீதும்

அதையொட்டிய நூல்களின் மேலும் அவன் கொண்டிருக்கும் ஈடுபாடு அவன் கவிதையின் உள்ளடக்கத்தில் அதற்கான இடத்தை எடுத்துக்கொண்டுவிடும். அவ்வாறு பௌத்தம், ஜென், சூஃபி, குர்ட்ஜீஃப், ஜே.கே. என விரியும் மணியின் தேடல்கள் அவருடைய கவிதைகளுக்குள்ளும் சலனங்களை நிகழ்த்தியிருக்கின்றன.

நீ கவிதை எழுதுவதும்
அவன் மலம் எடுப்பதும்

மதிப்பீட்டில் வேறானாலும்
வகையில் ஒன்றுதான்;

ஒருகோணத்தில் பார்த்தால்
அவனது
உனதைவிடச் சிறந்தது. (கோணம்)

ஒரு உண்மைத்தேடி நச்சரித்தான்:
ஓ குருவே,
இறப்புக்குப் பிறகு என்ன?

குரு சொன்னார், பார்வையில் குறும்புடன்;
ஓ அதுவா,
பிறப்புக்குப் பிறகு என்ன? (பதில்)

மேலே குறிப்பிடப்பட்டிருக்கும் இந்த இரண்டு கவிதைகளும் அவரது ஜென் மனநிலையிலிருந்து தோன்றியவையே. ஆனால் அசல் ஜென் கவிதைகள் இதைவிடவும் தீவிரமான மனநிலையை வாசகனுக்கு அளிக்கவல்லவை.

"கொஞ்சம் முன்னுக்குப் பின்னாக இருக்கிறபோதுதான் எதுவும் பிறக்கும். வழக்கமாக வாழ்கிற வாழ்வை நாம் வாழ்ந்து கொண்டிருக்கும்போது எதுவும் பிறப்பிக்க முடியாது. அது கவிதையாக இருக்கட்டும். கதையாக இருக்கட்டும்" என்று கூறும் சி. மணியின் அநேகக் கவிதைகள் *எழுத்து* இதழில் பிரசுரமாகியிருக்கின்றன. அதற்குப்பின் நண்பர்களோடு இணைந்து பத்தாண்டுகளாகக் கொண்டுவந்த 'நடை'யில் வே. மாலி (வே. மாலி, சாமி, பெரியசாமி போன்ற பெயர்களெல்லாம் கவிதைகளுக்குள் மணி எடுக்கும் அவதாரங்கள்) என்ற பெயரில் எழுதிய கவிதைகளை வாசிக்கையில் அதனுள் தென்படும் மாற்றங்களை இனங்காண முடிகிறது. 1976க்குப் பிறகு அதிகமாக அவர் எழுதியிருக்கவில்லை. தினமும் டஜன் கணக்கில் கவிதைக் குட்டி போடும் சாகசக்காரர்களுக்கு மணி ஆச்சரியமான ஒருவராகவே தென்படக்கூடும். *எழுத்து*வின் வழி எழுத்துக் கவிஞர்களுள் ஒருவராக புதுக்கவிதை முன்னோடியாகக் கருதப்பட்டாலும்கூட அந்தப் பட்டியலில் மணிக்குப்

பின்வரிசையே ஒதுக்கப்பட்டிருக்கிறது. அவரது கவிதையை முன்னெடுத்துப் பின்தொடர்வது சுலபமானதல்ல. மேலும் நவீனக் கவிதை அவரைக் கடந்துசென்றுவிட்டிருந்ததை அவர் அறிந்திருந்தாரா என்பதும் தெரியவில்லை ("இரண்டாயிரம் ஆண்டுகளாக இருக்கிற கவிதை தெரியும். அண்மையில் வந்தது எதுவும் தெரியாது" – 1998இல் அளித்த நேர்காணலில் சி. மணி). காலந்தோறும் புதிதாகத் தன்னைப் புணருத்தாரணம் செய்துகொண்டு வந்திருக்கும் நவீன கவிதை பழமையிலும் மரபிலுமே அவரை அடையாளம் காண்கிறது போலும். அவர் தன் கவிமொழியை மாற்றியிருக்கிறார் என்றபோதும் புதிதானதாக ஆக்கியிருக்கிறாரா என்னும் கேள்வியை இங்கு எழுப்புவது உசிதமானதாக இருக்கும். ஆயினும் சி. மணி பலராலும் படிக்கப்பட்டிருக்க வேண்டிய / படிக்கப்பட வேண்டிய கவிஞர். இருப்பினும் அவருக்குக் கிட்டியிருக்கிற வெளிச்சம் போதுமானதல்ல. அவர் அதிகமாக எழுதாததோ அல்லது ஒரு கட்டத்திற்குப்பிறகு எழுதுவதை நிறுத்திவிட்டதோ அதற்குக் காரணமாக கூறமுடியாது. ஏனெனில் 23 கதைகளை மட்டுமே எழுதியிருக்கும் மௌனி இன்னும் – ஏன் அதிகப்படியாகவே – வாசகச் செல்வாக்கோடு இருந்து கொண்டிருக்கிறார். ஆனால் சி. மணி, மரபின் சாதக அம்சங்களைப் பயன்படுத்திக் கொண்டு அதற்குள்ளாகவே நடைபயில்வதையும் இதனுடன் சேர்த்துப் பார்க்கலாம். அதுபோலவே மரபான வடிவங்களில் கவிஞனுக்கு இருக்கும் சுதந்திரம் குறித்து யோசிக்கும் வேளையில் நவீன கவிஞனின் சுதந்திரம் குறித்தும் சந்தேகமே ஏற்படுகிறது. மேலும் மணி பயன்படுத்தும் எதுகை மோனைகள் கவியரங்கச் சாமர்த்தியங்களாகிவிட்டன. புதுக்கவிதை, நவீன கவிதையாக மாற்றம்பெற்று அது உரைநடையில் கவித்துவத்தை எட்ட முயலும் இடத்திலிருந்து நோக்கும் போது மணி காலத்தைக் கடந்து வர முடியாதவராகவே தோன்றுகிறார் ("நான் எழுதியதை நிறுத்திய பிறகு இப்போது என்ன நடக்கிறது என்றும் தெரியாது" – சி. மணி) அவரது கவிதைகள் பிரக்ஞையின் உளியால் செதுக்கப்பட்டவை. அதில் பயின்று வரும் மொழி புதிய கவிஞனுக்கு இன்றும் தேவைப் படும் ஒன்றே. அவரிடம் அபோத மனநிலையையோ உள்நோக்கிச் செல்லும் கவிதைகளையோ – நகுலன் போல – காண முடியாது. "எங்கிருந்து ஆரம்பிக்கிறது இந்த நிழல்" என்னும் பசுவய்யாவின் விசாரமும் மணியிடம் இல்லை. மேலும் மொழிசார்ந்த ஒருவித சிக்கல்தான் வாசகனை அவருடன் நெருங்கவைக்க முடியவில்லையோ! என்ற எண்ணமும் ஏற்படுகிறது. தன் கவிதையைத் தனக்கு அருகில் வைத்துக் கொள்வது அல்ல. தனக்கு முன்னால் நிறுத்துவதுதான் ஒரு கவிஞனை மேம்படச்

செய்யும். தன்னோடு வந்து கொண்டிருப்பவற்றில் அதன் இடம் என்ன என்ற வினாவை அவனுக்குள் அது எழுப்பிவிடும். அதுவே அவனைச் சமகாலத்தவனாகவும் ஆக்கும்.

1976க்குப் பிறகு ஆத்மாநாமுக்காக (கவிதையில் மூழ்கிய மாதிரி / கிணற்றில் குதித்து மூழ்கினாய்) 84இல் ஒரு கவிதையை எழுதியதற்குப் பிறகு 1990இல் தான் அடுத்த கவிதை வெளிவந்திருக்கிறது. அதற்குப் பின்னும் அவர் வேகம் காட்டவில்லை. வருடத்திற்கு மூன்றோ நான்கோ எழுதியதுடன் (1994 வரை) நிறுத்திக் கொண்டுவிடுகிறார். எனினும் தமிழின் மேஜர் போயட் எனத் தன்னைச் சொல்லிக்கொள்ளும் சி. மணி அதற்கு முன்வைக்கும் தர்க்கங்கள் ஏற்கப்படக் கூடியனவாக இல்லை. பெருங்கவிக்கான கனவும் ஏக்கமும் கவிதையோடு உறவு பூண்டிருக்கிறவர்களுக்கு இருப்பதுபோலவே கவிதைக்கும் இருக்கக் கூடுமல்லவா? ஆனால் அதன் எதிர்பார்ப்போ வானுயர்ந்தது; கடல் பரந்தது. பிச்சமூர்த்தியை மகாகவிஞனாக ஊன்றிவிட சி.சு. செல்லப்பா ‘ஊதுவத்திப்புல்’ என்னும் தனிநூலையே எழுதினார். ஆனால் அது அவரது ஆசையின் கரையைத் தாண்டவில்லை. பெருங்கவியாகத் தமிழில் ஆகியிருக்க வேண்டிய ஒருவர் உண்டென்றால் அது பிரமிள்தான்.

துடித்து
அன்று விழுந்தபகலை
மீண்டும்
மிதித்து நடப்பவளே
கொலுசுசூழாத
நிசப்தத்தில் நின்
வெண்பாதச்சதைகள்
மெத்திட்ட
புல்தரையை . . .   (முதல் முகத்தின் தங்கைக்கு)

என்றெல்லாம் எழுதிவிட்டு ஒரு கட்டத்திற்குப் பிறகு தன்முனைப்பின் சூறையில் சிக்குண்டு

எங்கிட்டு பாக்கறே
வெங்கிட்டு விமர்சகா

என கவிதையை வசவுக்கான வாகனமாக ஆக்கினார். ‘தெற்கு வாசல்’ போன்ற தமிழின் ஆகச் சிறப்பான கவிதைகளுள் ஒன்றை எழுதியவர் பிரமிள். முழுமதியாகவோ ஒளி பாய்ச்சும் சூரியனாகவோ ஆகியிருக்க வேண்டிய அந்த நட்சத்திரம் தன்முனைப்பினால் எரிகல்லாக வீழ்ந்தது. இன்றும் பெருங்கவியின் வருகைக்காக கவிதை தன் ஓராயிரம் கண்களைக் கொட்டக் கொட்ட விழித்தபடி காத்துக்கொண்டுதான் இருக்கிறது.

கவிதை எழுதுவதை 1994க்கு பின் சி. மணி நிறுத்திவிட்ட போதும் அவரது மொழிபெயர்ப்பில் கிடைத்திருக்கும் "தாவோ தே ஜிங்" *(நன்றாக மூடத் தெரிந்தவனுக்குச் / சட்டம், தாழ்ப்பாள் எதுவும் தேவைப்படுவதில்லை / என்றாலும் அவன் மூடிய பிறகு/அந்தக் கதவைத் திறப்பது சாத்தியமில்லை)* கொடையாகப் பலராலும் கருதப்படுகிறது. ஃபிராய்டு, பௌத்தம், புத்தர் போன்ற நூல்களைப் பெயர்க்க உளவியல் மற்றும் ஆன்மிகத்தளம் சார்ந்த அவரது ஈடுபாடே காரணமாக இருந்திருக்க வேண்டும். கூட்டிக் கழித்தலோ கடன்வாங்கிக் கழித்தலோ, தாவோ'வைக் கண்டு காததூரம் ஓடும்படியான மிரட்டலோ இல்லாத, கவித்துவத்தை விட்டுத் தராத மொழிபெயர்ப்பு சி. மணியுடையது. மைதிலி மொழிக் கவிஞரான உதய் நாராயண் சிங்கின் கவிதைகளின் மொழிபெயர்ப்பு நூல் ஒன்றும் வெளிவந்திருக்கிறது. ஜப்பானிய ஹைக்கூக்களின் மீதும் சி. மணிக்கு விருப்பம் இருந்திருக்கிறது. பலராலும் எடுத்தாளப்படும்

படகுக்கு மேலே
காட்டுவாத்துகளின்
வயிறுகள்

என்னும் வரிகள் கிளர்த்தும் காட்சி அலாதியானது.

சி. மணி தான் வாழும் காலத்திலேயே குறிப்பிடத்தக்க விருதுகளால் (குமரன் ஆசான் விருது, விளக்கு விருது) கௌரவிக்கப் பட்டிருக்கிறார். எனினும் கூடச் சிற்றிதழ் சூழலிலேயே அவரைப் பின்தொடரும் வாசகர்கள் குறைவாகவே இருக்கக்கூடும். மேலும் கவிதைகளைப் பற்றி எழுதப்படும் கட்டுரைகளில்கூட பலரும் (மோகனரங்கன் மற்றும் சிலர் தவிர) அவரது கவிதையைத் தொட்டுக்காட்டவோ எடுத்தியம்பவோ செய்வதில்லை. சி. மணி யின் கவிதைகளைத் தனித்த நோக்கில் அணுகும் கட்டுரைகள் அபூர்வம். குவளைக்கண்ணனின் கட்டுரை அவரது கவிதையை நெருங்கிச்சென்று எழுதப்பட்டுள்ளது; ஞானக்கூத்தன் தன் பத்தியொன்றில் அவர் கவிதை ("என்ன வந்தது") பற்றிச் சிலாகித்திருந்தார்; மேலும் சாகிப்கிரானால் எழுதப்பட்ட கட்டுரைகளும், மணியின் மொழியாக்கம் பற்றி அசதா எழுதிய கட்டுரையொன்றும் முக்கியத்துவம் வாய்ந்தவை. பெரும்பாலான வாசகர்கள் அவரது மறைவுக்குப் பிறகு எழுதப்பட்ட அஞ்சலிக் கட்டுரையின் வழியாகவே அவரை அறிந்தார்கள். இந்த அவலம் தமிழுக்குப் புதிதா என்ன? பொருமியும் புலம்பியும் கடப்பதைத் தவிர வேறென்ன வழி?

சி. மணியின் ஒட்டுமொத்தக் கவிதைகளை உள்ளடக்கிய 'இதுவரை' (க்ரியா, 1996) நூலின் முதல் பதிப்பிற்குப் பின்

அதற்கு மறுபதிப்பு ஏதும் வந்ததாகத் தெரியவில்லை. இருக்கும் நூல்களும் வாசகனின் கைக்கு எட்டும் அண்மையில் இல்லை. அத்தொகுப்புக்குப் பிறகு *சொல்புதிது* இதழில் வந்த கவிதை களையும் அவரது மறைவுக்குப் பின் *உயிர் எழுத்து* இதழில் வெளியான பிரசுரமாகாத சில கவிதைகளையும் சேர்த்து சி. மணியின் ஆளுமையை வெளிக்காட்டும்படியாகத் தேர்ந்தெடுத்த கவிதைகளைக் கொண்டு வருவதே அந்தப் புதுக் கவிதை முன்னோடிக்கு அளிக்கும் கௌரவமாகவும் மெய்யான அஞ்சலியாகவும் இருக்க முடியும்.

[இக்கட்டுரையில் சி. மணியின் கூற்றாக முன்வைக்கப்படும் கருத்துகள் உயிர் எழுத்து மே 2009 இதழில் சி. மணியின் மறைவுக்குப் பின் வெளியான 1998இல் சிபிச்செல்வன் எடுத்த நேர்காணலிருந்து எடுத்தாளப்பட்டுள்ளன.]

(பனுவல் புத்தக விற்பனை நிலையம் ஒழுங்கு செய்திருந்த புதுக்கவிதை முன்னோடிகள் – தொடர் நிகழ்வுகளில் சி. மணி பற்றிய அரங்கில் 23.11.2014 அன்று வாசித்த கட்டுரை)

வைக்கம் முகம்மது பஷீர்
'அனர்க்க நிமிஷ'ங்கள்*

"சுய அனுபவங்கள் என்றால் அழுத்தமாகச் சொல்ல முடியும் எனது படைப்புகள் பெருமளவில் சுய அனுபவங்களை முன்னிறுத்தியவைதான் . . ."

"நான் காதலனாக வாழ்ந்திருக்கிறேன். அரசியல்வாதியாக இருந்திருக்கிறேன். நான் எப்போதுமே சுதந்திரமாக வாழ விரும்புகிறேன். காலனி ஆதிக்கத்திற்கெதிராகப் போராடியிருக்கிறேன். போலீஸ்காரர்களின் அடி உதைகளை ஏற்றிருக்கிறேன். அசிங்கமான வார்த்தைகளால் வசை வாங்கியிருக்கிறேன். போலீஸ் லாக்கப்புகளில் கிடந்திருக்கிறேன். சிறைவாசம் அனுபவத்திருக்கிறேன். இது போன்ற கதைகளை எழுதியிருக்கிறேன் . . ."

"ஏற்கனவே சொன்னதைத் திரும்பவும் சொல்லாமலிருப்பது, எழுதியதையே திருப்பி யெழுதாமலிருப்பது. நான் இதில் கவனம் செலுத்த முயற்சி செய்திருக்கிறேன் . . ."

– வைக்கம் முகம்மது பஷீர்
('உண்மையும் பொய்யும்', பக். 152,153)

எளிதில் கிடைக்காமலும் மறுபதிப்பு வராமலு மிருந்த பஷீரின் ஆக்கங்களை டி.சி. கிழக்கேமுறி மீண்டும் வெளியிட்டு அவை பெரும் அலையாக வாசகர்களைச் சென்றடைந்தபோது அதில் பஷீர் குறித்து டி.சி எழுதியிருந்த குறிப்புகளை முதன்முறையாகக் கண்ணுற்ற எவருக்கும்

---

* அனர்க்க நிமிஷம் – விலை மதிக்கமுடியாத தருணம்

வியப்பில் முகம் விரிந்திருக்கும். அதில் பஷீரின் வாழ்க்கைச் சித்திரத்தைக் குறுக்குவெட்டாகத் தீட்டிக் காட்டியிருந்தார் டி.சி. எந்த எழுத்தாளனையும் குறிப்பாக, தமிழ் எழுத்தாளனைப் பொறாமைகொள்ள வைக்கும் குறிப்பு அது. ஏறக்குறைய 'கிணற்றுத் தவளை' வாழ்வில் சிக்கி அரைபடும் ஒருவனுக்கு – விதிவிலக்கு அ. முத்துலிங்கம் – அவ்வாறான பொறாமையுணர்ச்சி தோன்றுவதும் இயல்பானதுதான். பஷீர் நடந்துசென்ற திசைகள், திறந்திருந்த உலகின் கதவுகளுக்குள் எவ்வித அசூயையுமின்றி நுழைந்துபோகும் மன இயல்பு, கட்டற்ற அலைச்சல்களால் *("ஒன்பது பத்து வருடங்கள்–நான் இந்தப் பூமிப் பந்தின் மிகக் குறைவான பிரதேசங்களைச் சுற்றி வந்திருக்கிறேன். அலைந்து திரிந்திருக்கிறேன். இரவுபகலாக! தனிமையில்!")* அவர் விரும்பியும் விரும்பாமலும் ஏற்றுக்கொண்ட பாத்திரங்கள் அதன் வழி கிட்டிய விசாலமான அனுபவத்தின் வீச்சு ஆகியவை அவருடைய படைப்புலகில் வெவ்வேறு தொனிகளில் நிறங்களில் ஊடும்பாவுமாக இழைந்திருக்கின்றன. இதுதான் அவரது ஆக்கங்களில் அடியோட்டமாகக் கனிவையும், சிறுபுழுவுக்குமானதுதான் இவ்வுலகு என்னும் ஒப்பற்ற கருணையையும், மனிதனின் கீழ்மைகள் அனைத்தும் அன்பின் சுடரொளியில் கருகிவிடும் என்னும் நம்பிக்கையையும் அவருக்குள் விதைத்திருக்க வேண்டும்.

ஏனெனில் மங்குஸ்தான் மரத்தினடியில் சாய்வு நாற்காலியில் 'அப்படியே ஸ்டைலாக' அமர்வதற்கு – அதாவது 'உம்மிணி வலிய ஓர் ஆளாக' – இன்னும் பெரிய ஒருவராக – ஆவதற்குப் பல காலம் முன்பு சரியாகச் சொல்வதென்றால் எழுதத் தொடங்கிய ஆண்டுகளில் பஷீரைச் சுற்றிலும் வறுமை மட்டும் இருந்தது. பசியும் பட்டினியுமாகக் கழிந்த கொடுங்காலங்கள். கடன் வாங்கிய மையில் கதைகள் எழுதிய பின் அதை அனுப்பத் திண்டாடும் பஷீர். "எழுதியதை அப்போது பத்திரிகைக்கு அனுப்பி வைப்பதற்கு நூல் அஞ்சல் செலவுக்கு நாலு பைசா வேண்டும். நாலு பைசா . . . நாலு பைசா . . . நாலு பைசா . . . ஆண்டவனே. இந்த நாலு பைசாவுக்காக நான் எத்தனையெத்தனை பேர்களைத் தேடி ஓடியிருக்கிறேன்." ஆனால் இவை எதுவும் அவரிடம் கசப்பாகத் திரளவில்லை. மாறாக 'சுலைமானி'யில் (பால் விடாத கடும் காப்பி) எறும்பு விழாதிருக்கக் குடித்த தம்ளரைக் கவிழ்த்துவைக்கச் சொல்கிறது. புழுவை இலையிலிருந்து தட்டிவிட்டாள் என்பதற்காகத் தன் பிரிய மகள் ஷாஹினாவுடன் சண்டையிடச் சொல்கிறது. சிறுவயதில் தன் உம்மாவிடம் ஓடிச் சென்று "உம்மே . . . ஞான் காந்தியத் தொட்டூ . . ." எனக் கூவும் பஷீரைக் காணும் நாம், தன் பரம்பில் நுழைந்துவிட்ட நரியைத்

துரத்த மத்திய அரசு அளித்த தாமரப் பட்டயத்தை எடுத்து அதன் மீது வீசும் பஷீரையும் காண்கிறோம். "மலர்கள், பூமியின் புன்னகை. இதைச் சொன்னது யார்? நானேதான் . . . மலராக மாற வேண்டாம். ஊர்ந்து செல்லும் ஒரு உயிரினமாகவோ தவளையாகவோ எலியாகவோ ஈயாகவோ எறும்பாகவோ மாறினால் போதும். அதுகூட வேண்டாம். வெறுமொரு சிலந்திக் கூடாக மாறினால்கூடப் போதும்" என்று எழுதிய பஷீரின் விரிந்துகிடக்கும் பேதங்களில்லாத உலகம் தன் அத்தனைக் கரங்களுடனும் நம்மைச் சுருட்டிக்கொள்கிறது. "குழந்தையின் களங்கமற்ற கண்ணோட்டம், ஞானியின் பற்றற்ற பார்வை, சித்தம் கலங்கியவனின் பிதற்றல், புரட்சிக்காரனின் சீற்றம், அங்கதக்காரனின் குத்தல், அராஜகவாதியின் பகிரங்கப்படுத்தல், சமூக விமர்சனம், காதல் உணர்வு என்று பல அடுக்குகளைக் கொண்டது அவருடைய படைப்புத்தளம். அதன் மீது துக்கம் கனத்திருக்கும். ஒரு நகைச்சுவைப் படலம் கவிந்திருக்கும்" என்னும் சுகுமாரனின் சொற்கள் இவ்வுலகினைப் புரிந்துகொள்ளப் பெரிதும் துணைசெய்யக்கூடியவை.

"நான் என்று நான் எழுதுவது அனைத்துமே இந்த என்னைத் தான் குறிப்பிடுகிறது" என்னும் ஒப்புதல் வாக்குமூலம் அவரது படைப்புகளோடு ஊடாடும் வெளிச்சங்களையும் இருளையும் அறிந்துகொள்ள பேரளவு உதவி செய்யக் கூடியதாகும். நம்மை ஏற்றிச்செல்லும் பயணத்தில் ஓட்டுநர் மட்டுமல்ல அவர்; அதன் சக்கரமும் சக்கரத்தின் ஆரமும் இன்ன பிறவும் வேறெவரும் அல்லர்; குறும்பனும் குசும்பனும் மாறாக் காதலனுமான பஷீரேதான் அது. அதனால் தான் அவர் கதைகளைத் தேடி அலையவே இல்லை. தன் மனக்களஞ்சியத்திலிருந்து எடுத்த அழியாத நினைவுகளைக் கலையழகுடன் படைப்புகளாக முன் வைத்தார். அந்த வற்றாத நதியிலிருந்துதான் மடையன் முத்தபாவும் எட்டுக்காலியும் சக எழுத்தாளர்களும் வேசைகளும் அமானுஷ்யங்களும் ('நீல வெளிச்சம்', 'நிலவைக் காணும்போது') வாழ்ந்து கெட்டவர்களும் ஆடும் கோழியும் மரங்கள் மட்டுமல்ல, 'உலகப் புகழ் பெற்ற மூக்கனி'ன் பால்யகாலத்து மனிதர்களும் – கண்டறிய முடியாத புனைவின் சிறுசாயலுடன் – எழுந்துவந்தார்கள்.

பஷீரின் படைப்புலக மொழி எளிமையும் சாதாரணமுமானது. மனதினுள் கூடிக் கலந்து கிடக்கும் நானாவித உணர்வுகளை எளிமை என்ற அந்த மூன்றெழுத்துச் சொல்தான் வேரடி மண்ணோடு வாசகனிடம் கடத்திவிடுகிறது. உண்மையில் அது பலரையும் குப்புறத்தள்ளி, அவர்களை 'படுக்கூஸ்'களாக (முட்டாள்களாக) ஆக்கும் வல்லமை கொண்டது. அந்த எளிமை அசாதாரணமான அழகை அந்த 'சுல்தானின்' எழுத்துக்குத்

தந்துவிடுகிறது. அது கைவரப்பெறுவதும் சுலபமானதல்ல. அதற்குப் பெரும் பயிற்சி தேவையாக இருந்திருக்கிறது.

தன்னுடைய திரைக்கதையொன்றை (பார்கவி நிலையம்) ஓணம் பதிப்புக்காகக் கைப்பற்றிவந்த 'கௌமுதி' பாலகிருஷ்ண னிடம் அதை மீட்க வேறொன்றை எழுத ஒப்புக்கொள்ளும் பஷீர், அவர்களே அமைத்துக்கொடுத்த திருவனந்தபுரம் லாட்ஜில் அமர்ந்து நான்கு நாட்களில் எழுதி எடுக்கப்பட்ட உக்கிர சாதனமே 'மதில்கள்'. அந்த அறையிலேயே அவருடன் இருக்கப் பணிக்கப்பட்டவர்களுள் ஒருவரான பழவிள ரமேசனிடம் எழுதியவற்றை வாசித்துக் காட்டுவது பஷீர் வழக்கம். "ஒரு தடவை போகும்போது எழுதி முடித்தவை பத்துப் பக்கங்களாக இருக்கும். பிறகு அது இருபத்தைந்து பக்கங்களாகும். இன்னொரு தடவை இந்த இருபத்தைந்து பக்கங்களும் காணாமற் போய் ஏழோ எட்டோ பக்கங்களாகச் சுருங்கியிருக்கும்." எளிமையான அந்த மொழிக்குப் பின்னே இருக்கும் இந்த உழைப்பும் வேட்கையும் பிடிவாதமும் வெளியே தெரிவதில்லை. இது ஒரு செதுக்கல். "எடியே!" என விளித்ததும் ஓடிவருவதற்குக் கலையொன்றும் தன் வீட்டுக்காரி அல்லவென்று பேப்பூர்காரருக்கு நன்கு தெரியும். பின்னே, வாசிப்பதற்கென்றே சிறிதுகாலம் எர்ணாகுளத்தில் புத்தகக்கடை நடத்தியவரல்லவா பஷீர்!

பஷீருக்குக் கிட்டிய அனுபவங்களில் ஒன்றே 'மதில்கள்'. இளைஞனாக இருந்தபோது அடைக்கப்பட்டிருந்த சிறைச்சாலை களுள் ஒன்றான திருவனந்தபுரம் ஜெயிலில் ஒரு கைதியாக அழைத்துச் செல்லப்படும்போது சட்டென்று பெண்ணின் மணம் பிடித்து அங்கேயே நிற்கிறான். சில தினங்களுக்குப் பிறகு தன் சக கைதிகள் விடுதலையாகிச் சென்ற பின் தனித்து விடப்படுபவன் அங்கிருந்து தப்பிக்கத் திட்டம் போட்டதற்கு மறுநாள் பெண்ணின் மணமும் குரலும் (ஆம், குரலை மட்டும்) கேட்டுப் பித்தேறியவனாக ஆகிக் காதலும் மோகமுமாக அவன் உலகம் புரட்டிப் போடப்படுகிறது. நாராயணியின் குரலைக் கேட்டதற்கு முன் அந்த மதிலில் சிறுஓட்டை இருந்திருக்கிறது. காமத்தின் வெள்ளம் அதன்வழியாகச் சுழித்தோடுகிறது. வார்டனுக்கு ஒரு அணா கப்பம் கட்டியபின் தெரிவது பெண்களின் சிறை. ஆண்களின் மகா பிரபஞ்சம்! பிறகு அது அடைக்கப்படுகிறது. *("ஆனாலும் நான் தலைகுனிந்து சிமெண்டு பூசிய அந்த இடத்தை முகர்ந்து பார்த்தேன். பெண்ணின் மணமிருக்கிறதா?")* பிற்பாடு அவன் கேட்க நேர்வது நாராயணியின் குரலை மட்டும். இரு வேறு தனிமைகளுக்குள் இருப்பவர்களிடத்துப் பிரியம் பீறிடுகிறது. அவளைக் குறும்பாகக் 'கள்ளி' என்கிறான். அவள் கேட்ட வுடன் அவன் போட்டிருந்த ரோஜா தோட்டத்திலிருந்து

ஒன்றைக் கொண்டுவர ஓடுகிறான். அந்த ரோஜாவின் ஒவ்வொரு பூவையும் ஒவ்வொரு மொட்டையும் ஒவ்வொரு தளிரையும் முத்தமிடுகிறான். மதிலின் அந்தப் பக்கம் அதை வீசிய பிறகு கொண்டையிலே வைக்கப்போறியா என்ற கேள்விக்கு,

"இல்லே"

"பின்னே"

"இதயத்துக்குள்ளே . . . ஜாக்கெட்டுக்குள்ளே . . ."

அதில் என்னுடைய முத்தங்கள் இருக்கின்றன. நான் மதிலில் சாய்ந்து நின்றேன். மதிலை மெதுவாகத் தடவினேன்.

மனநெகிழ்வையும் கண்ணீரையும் உருவாக்கும் சம்பாஷணைகள் இருவருக்குள்ளும் நிகழ்கின்றன. கம்பை அசைப்பதன் மூலம் வருகையைப் பரஸ்பரம் அறிகிறார்கள். சந்திப்புக்கான திருட்டுத்தனமான ஏற்பாடுகள் செய்த அடுத்த நாள் அவனுக்கு விடுதலை அறிவிப்பு வெளியாகிறது. "ஜெயிலின் பெரிய கதவு பயங்கரமான ஓசையுடன் எனக்குப் பின்னால் மூடியது". ஆம்! அது 'பயங்கரமான ஓசை'தான். அதே போன்ற ஒரு ரோஜாவை வைத்து "பெரும்பாதையில் அசைவில்லாதவனாக நிற்கும்"போது நாவலுக்கு சுபம் போடப்படுகிறது. பரவசமும் வலியும் கூடிக் கலந்த இச்சிறு புதினம் மௌனத்திற்குள் மனம் கசியத் தள்ளிவிடுகிறது. மண்ணில் ஆறறிவோடு வந்து விழுந்த வளர்ந்த சகலருக்கும் இருக்கின்றன அனுபவங்கள். அதை வாசிப்பவனின் மனதில் அரைநூற்றாண்டுக்குப் பிறகும் அழையாத ஆக்கமாக மாற்றும் கலைவித்தை ஒரு சிலருக்கே வாய்க்கும் போலும்.

கடந்த காலப் பெருமைகளால் ஊர் வாயைப் பிளக்கச் செய்யும் குஞ்ஞாச்சும்மா, வெற்றிலை போடுவதற்கும் தான் பேசுவதைக் கேட்பதற்கும் வரும் பெண்களிடம் மறக்காமல் தன் உப்பாவின் ஆனையைக் கொண்டு வந்து நிறுத்துவாள். அதுவும் சாதாரண ஆனை அல்ல, 'ஒரு பெரிய கொம்பானை.' அவளுடைய மகளான குஞ்ஞுபாத்துமாவும் அந்தப் பெருமையின் பூரிப்பைக் கொண்டவள். வாப்பா பள்ளிவாசல் காரியக்காரர். அனைத்துப் பெருமிதங்களும் தன்முன் இருப்பதைக் கேட்டபடியே வளர்கிறாள். அவளது உம்மாவின் மிதியடியின் குமிழ்கள் இரண்டும் உப்பப்பாவின் ஆனைக் கொம்பால் செய்யப்பட்டவை! பின் கேட்பானேன்?! வேறொரு குழந்தைக்குத் தன் பெயரை இட்டதுகூட அவளுக்குள் கோபத்தை மூளச் செய்கிறது. அவளைப்

பொருத்தவரைப் பிரபஞ்சத்தில் ஒரே குஞ்ஞாச்சும்மா, ஒரே வட்டன் அடிமை, ஒரே குஞ்ஞுபாத்துமா மட்டுமே. ஏனெனில் அவள் உப்பப்பாவுக்கொரு ஆனையிருந்ததல்லவா? முன்பிருந்தே அவளை விசனப்படுத்தி வந்த விசயத்தை *தன் வெளுத்த அழகிய கன்னத்தில் கறுத்த மரு ஏனோ–அது யோக மரு என்கிறாள் உம்மா. ('மதில்கள்' நாராயணியின் கன்னத்திலும் இப்படியான கறுத்த மரு உண்டு)* தொட்டுப் பிற பெண்களிடம் கேட்கிறாள் உம்மா,

"அதுக்கு நிறம் என்ன புள்ளெ?"

கறுத்த மச்சத்தின் நிறம் கறுப்புதானே?

"கறுப்பு"

"உனக்கு உப்பப்பாவுக்கு ஆனை என்ன நெறம்?"

அவள் சொன்னாள்

"கறுப்பு"

"வெளுத்த ஒனக்கெக் கன்னத்துல கறுத்த மரு எப்படி வந்தது?"

உம்மா சொன்னாள்

"ஒனக்கெ உப்பப்பாவுக்கு ஆனையிருந்தது"

"ஒரு பெரிய கொம்பானை"

அது பொல்லாத ஆனை. ஆறு பேரைக் குத்திக் கொன்ற 'குருத்துவம் கெட்ட ஆனை.' மேலும் உம்மா சொல்கிறாள். "உனக்கு வாப்பா என்னெக் கலியாணம் கெட்ட வந்தது அந்த ஆனைக்கெ மேலே ஏறியாக்கும்." குஞ்ஞுபாத்துமா தன் வாழ்க்கைப் பற்றி மயக்கும் கற்பனைகளில் ஆழ்கிறாள். அப்படியே 'ஸ்டைலா'கப் போகிறது வாழ்க்கை. 'இழந்த பின்னும் இருக்கும் உலகம்' குறித்த அவர்களது சுயபுராணங்கள், தற்பெருமைகள், அகம்பாவங்கள் அனைத்தும் பிறகொரு நாள் கேட்க ஆளற்றவர்களாக ஆகி வாழ்ந்து கெட்டவர்கள் என்ற அடைமொழியுடன் ஊருக்கு வெளியே குடியேறுகிறார்கள். அங்கும் அவளது உம்மா அந்த மிதியடியைக் கொண்டுவந்து அதன் மீது நடக்கவும் செய்கிறாள். அவள் உயிரே நாவலின் தலைப்பிலான வரியில்தான் குடியிருக்கிறது. தன் சாம்ராஜ்யம் தகர்ந்துபோன நினைவுகளை எண்ணிச் சூன்யத்தை வெறித்து அமர்ந்திருக்கும்போது உம்மாவோ ஓயாமல் பேசிக்கொண்டே இருக்கிறாள். ஐஸ்வர்யம் இழந்து சரிவு ஏற்பட்ட பிறகு அந்த வீட்டுப் பெண்களுக்குள் இருக்கும் தீமையின் முகத்தை பஷீர் தன் எழுத்துவன்மையால் சூசகமாக

உணரச் செய்கிறார். இப்போது உம்மாவின் பார்வையில் அந்த கறுத்த மரு, அதிர்ஷ்டம் கெட்டதாக மாறிவிடுகிறது. பெருமைப் பட்டுக்கொண்டிருந்த 'வட்டன் அடிமை' என்னும் வாப்பாவின் பெயரைக் கேலியாகச் 'செம்மீன் அடிமை' என்னும் பட்டப்பெயர் வைத்து வழிப்போக்கர்களும் கேட்டுக்கொள்ளுமாறு சத்தமிட்டுச் சொல்கிறாள். இருவருக்குமான ஓயாத சண்டைகளுக்கு நடுவே மகளுக்கு வெளியுலகத்தின் கதவு திறக்கிறது. பஷீரின் தோட்டத்தில் பூக்கும் மகத்தான மலர்களுள் ஒன்றான காதல் அவள் மனதில் அரும்புகிறது. அந்த வெகுளிப்பெண்ணிற்கு அந்த உணர்ச்சியின் பெயரும் தெரிவதில்லை. *("எனக்கெ ஈரக்கொலை யிலே வேதனையாட்டு இருக்கு" "நிஸார் அகமதைப் பார்க்கும் போதெல்லாம் அவளுடைய கன்னங்கள் துடிப்பது போலவும் மார்பகங்கள் கனப்பது போலவும் இருக்கும்")* அதற்குள் ஊடாடும் மனத்தேட்டங்களை அளவான சொற்களால் பஷீர் கையாள்கிறார். "அனைத்திலுமே அழகு அதிகரித்திருப்பதுபோல். எல்லாவற்றின் மீதும் அவளுக்கு அழகு அதிகரித்தது. கடித்த ஒரு எறும்பிடம் குஞ்ஞுபாத்துமா சொன்னாள், 'என்னெக் கடிச்சது போலே நீ வேற யாரையும் கடிக்காதே.' தான் எழுதிய எல்லாச் சொற்களின் மீதும் கவனமும் அக்கறையும் பஷீருக்கு இருந்திருக்கிறது என எவ்விதத் தயக்கமுமின்றி ஒப்புக்கொள்வதற்கான சுவடுகள் அவரது ஆக்கங்களில் நிறைந்திருக்கின்றன.

'சிரிக்கும் மரப்பாச்சி' என்னும் பஷீரின் சிறுகதையில் வரும் – வாழ்ந்து கெட்டக் குடும்பத்தைச் சேர்ந்த – ரம்லத்து பீவியின் குணநலன்கள் சார்ந்த சிறு சாயல் குஞ்ஞுபாத்துமாவிடமும் காணக்கிடைக்கிறது. கை கூடிவிட்ட காதலுக்குப் பின் ஊராருக்குத் தெரியவரும் உண்மை, "உப்பப்பாவினுடையது கொம்பானை அல்ல, குழியானை." இதனூடாக நாவலின் பின்பாதியில் முஸ்லிம் சமூகத்தில் புரையோடிப் போயிருந்த மூடப் பழக்கங்களை நோக்கிப் பேசியிருப்பது நுட்பமாக நாவலை அணுகுகிறவர்களால் கண்டுகொண்டிருந்திருக்க முடியும். வெளிவந்தபோது இந்நாவலுக்கு எதிர்ப்பும் இருந்திருக்கிறது. இன்று ஏறக்குறைய அறுபது ஆண்டுகளுக்கும் மேலாகி விட்ட பின்னும் அந்நியமொழியான இந்நாவல் அதன் புத்துணர்வை இழக்காமலிருப்பது வாழ்க்கையினுள்ளிருந்து எழுதப்பட்டதா லன்றி வேறென்ன பிரதானமான காரணமாக இருக்க முடியும்!

பஷீரின் மொத்த எழுத்துகளுமே தன்வரலாற்றின் அத்தியாயங்கள் ஆகும். அது அதிகமாக வெளிப்பட்ட நாவல் 'பால்யகால சகி.' மாற்றுக்குறைவின்றி எழுதப்பட்ட ஆக்கம் 'பாத்துமாவின் ஆடு.'

"நாம் வளர்ந்திருக்கவே கூடாது" என மஜீதிடம் 'பால்யகால சகி' சுகறா ஓரிடத்தில் சொல்கிறாள். இவ்வாறு தனக்குத் தானே சொல்லிக்கொள்ளாத ஆட்கள் இந்தப் பொன்னான பூமியில் அரிதினும் அரிதாகவே இருப்பார்கள். இந்நாவலின் ஆரம்பப் பக்கங்களை வாசித்துச்செல்கையில் சட்டென என் பால்யத்தின் கதவொன்று திறப்பதைக் கண்டேன். வீட்டின் எதிரே – அதாவது ஒரே சுற்றுச் சுவருக்குள் இரு வீட்டு வாசல்படிகளும் முட்டும் படியாக – குடியிருந்த சுமிதாவின் நினைவு மிதந்துவந்தது. பிரேமாக்காவின் ஒரே மோள் அவள். மணியண்ணனும் சரி அந்த அக்காவும் சரி 'உண்ணி' என்பதன்றி மாற்றுச் சொல்லில் அவளை விளித்ததில்லை. பரஸ்பரம் தோள்மேல் கை போட்ட படி ஸ்கூலுக்குப் போவோம். கைகோர்த்தபடித் தெருவில் நடப்போம். அடிக்கடி கிள்ளி வைத்துக்கொள்வதும் உண்டு. அவளுக்கு நீளமாக முடி முளைக்க வேண்டும் என்று கடவுளிடம் வேண்டியிருக்கிறேன். இன்று "இன்னும் பெரிய பூஜ்யமாக" ஆகி இரு பெண் குழந்தைகளுடன் அவளை அவ்வப்போது காண்பேன். இன்னுமொரு மறக்க முடியாத 'இளம்பருவத்துத் தோழி' உண்டு. சொப்னா. சுகறாவை எழுத்தில் கண்டபோது இவளையே நான் நினைத்துக்கொண்டேன். ஐந்தாவது படிக்கையில் ஒரே வகுப்பென்பதால் நிறைய பேசிக்கொண்டிருந்திருக்கிறோம். எங்களிடையே முதல் ரேங்க் எடுக்கக் கடும் போட்டி எப்போதும் உண்டு. அந்த வருட பிறந்தநாளுக்கு அவள் அணிந்துவந்த, கை வைக்காமல் தைக்கப்பட்ட வெள்ளையில் சிவப்புப் புள்ளி போட்ட உடை இன்றும் துல்லியமாக நினைவில் இருக்கிறது. அன்று எனக்கு மட்டும் இரு கைகளிலும் பச்சை ஜிகினா சுற்றப் பட்ட சாக்லேட்டுகளை அள்ளித் தந்தாள். என் பையிலும் நிறையவே போட்டு வைத்தாள். அதே ஆண்டில் ஏதோ ஒரு சண்டை மூண்டு வகுப்பு முழுக்க இருவரும் கட்டிப்புரண்டு உருண்டதும் நேற்றுபோல மனக்கண்ணில் தெரிகிறது. இருவரும் எங்களூரிலேயே இன்றும் இருக்கிறார்கள். அவ்வப்போது பார்த்துக்கொள்வோம். சிறு புன்னகை, தலையசைப்பு, சில சமயங்களில் முகத்திருப்பல்கள்; அவ்வளவுதான். நடுவில் நிற்கும் நீளமான இருபது வருடங்கள்! கழிந்து போன மகிழ்ச்சியான நாட்களைத்தான் 'இழந்த சொர்க்கம்' என்கிறார்களோ!

'பால்யகால சகி'யில் "ஒண்ணும் ஒண்ணும் எத்தனையடா?" என்னும் ஆசிரியரின் கேள்விக்கு ஒருநாளும் அழியாத அந்தப் புகழ்மிக்க பதிலைச் ("கொஞ்சம் பெரிய ஒண்ணு") சொன்ன மஜீது, பஷீரே தான் என்பதை 'ஆனைமுடி' சிறுகதையில் அவரே ஒப்புக்கொள்ளவும் செய்திருக்கிறார். ஒரே மூச்சில் படித்துவிடக் கூடிய சிறிய நாவல் இது. ஆனால் அந்த மூச்சுக்காற்றில் களிப்பின்

சாரலையும் துயரத்தின் அனலையும் படரச் செய்யும் ஆக்கமும் இதுவே. கை கூடாத காதல்கள் பஷீரின் எழுத்துக்களில் தொடர்ந்து வருகின்றன. அவற்றில் வெந்து நிலைகொள்ளாது தவிக்கும் இரு மனங்களின் கண்ணீர் நம் இதயத்தின் மீது விழும்போது அதற்குப் பாறையை விட கனமும் உறுதியும் அதிகமென்பது அப்போது வெளிப்படும் கசப்பான சிரிப்பில் கண்டுகொள்கிறோம். அந்தப் புகழ்மிக்க பதில் கேலியாக, துன்பத்தை மறைக்கும் திரைச்சீலையாக, கடந்த காலத்தின் ஏக்கமாக நாவலின் வெவ்வேறு இடங்களில் வெவ்வேறான காலகட்டங்களில் சுகறாவால் சொல்லப்படுகிறது. அவனைப் படுத்தியெடுத்த உள்ளங்கால் கொப்புளத்தின் வலியால் துடிக்கும்போது அவன் மீது கொண்டிருந்த அளப்பரிய பிரியத்துடன் சுகறா அங்கு முத்தமிடுகிறாள்.முதல் முத்தம்! பின்னாளில் விபத்தில் அவன் இழப்பதும் அவள் முத்தமிட்ட அதே காலைத்தான். திணிக்கப்பட்ட சோகங்களுக்கு மூக்கைச் சீந்துபவர்கள் பஷீரின் எழுத்துகளைக் கண்டு வியக்கக்கூடும். ஏனெனில் இவ்வுலகில் ஒரு சொல்கூட வாழ்க்கைக்கு அந்நியமானதல்ல. அதனாலேயே வாசிப்பவனை அது உறைந்துபோகச் செய்கிறது. இந்த உறைதல் நாவல் எழுப்பிக் காட்டும் எளிதில் விளக்கமுடியாத உணர்ச்சியின் முன் கொண்டுபோய் நிறுத்துகிறது. இந்த ரசவாதம் பஷீரின் ஆக்கங்களுக்குள் மிக இயல்பாக நடந்தேறுகிறது.

இருவரும் காலம் அளித்த துரதிர்ஷ்டமான பரிசுகளோடு பின்னொரு நாளில் சந்திக்க நேர்கிறது. நொடிந்துபோன குடும்பத்தை நிலைநிறுத்த இயலாதவனாக மஜீத்தும் வேறொருவனுக்குக் கட்டி வைக்கப்பட்டு நல்வாழ்க்கை அமையாதுபோய்ப் பேரழகை இழந்து ‘கன்னங்கள் ஒட்டிக் கை விரல்கள் எலும்புகள் துருத்தி, நகங்கள் தேய்ந்து, வெளிறிப்போய் காதுகளில் கிடந்த கறுப்பு நூலைத் தலைமுடியால் மறைத்த’வளாக சுகறாவும். கடும் அதிர்ச்சியுடன் மஜீத் ‘ஏன் இப்படி?’ என கேட்கையில் ‘மனவெசனந்தான்’ என்கிறாள். அந்த இடத்திலேயே மனம் சண்டிக்குதிரை போல படுத்துக்கொண்டுவிட்டது. பின் பெருஞ் சுவர் போல அச்சொல் எழுந்து நிற்பதைக் கண்டேன். அதைத் தாவி ஏறிக் குதிக்க வேண்டும். நிச்சயமாக முடியாது என்று பட்டது. திரும்பி வந்து அந்தச் சொல்லின் காலடியில் விழுந்தேன். அதுநாள்வரை அவள் உயிரைக் கையில் பிடித்திருப்பதும் ‘ஒரே ஒரு தடவையாவது கண்ணால பாத்துட்டு மரிச்சிடணும்’ என்பதற்காகத்தான். பொருள் தேடி அவன் வெளிநாடு பயணத்திற்கு ஆயத்தமாகும்போது அவனது ‘ராஜகுமாரி’ ஏதோ சொல்ல வருகிறாள். வண்டி வந்துவிடுகிறது. கனவுகள் சிதற கால் உடைந்து எச்சில் தட்டுகளைக் கழுவுபவனாக நாட்களை

ஓட்டும்போது சுகறாவின் மரணச்செய்தியை ஏந்தியபடி உம்மாவிடமிருந்து கடிதம் வருகிறது. நாவல் முழுதும் மஜீதின் மீது ஈடில்லா அன்பைப் பொழியும் உம்மாவின் பாத்திரத்தைத் தனித்துச் சொல்ல வேண்டும். இறப்பதற்கு முன் அவனுடைய வருகையை எதிர்நோக்கிக் கேட்டுக்கொண்டேயிருந்த சுகறா அன்று அவன் விடைபெறும்போது சொல்ல வந்தது என்னவாகயிருக்கும்?! யாரறிவார்? ஆனால் ஒன்றைச் சொல்ல முடியும். அது இந்நாவலை இதுநாள்வரை வாசித்த இலட்சக்கணக்கான வாசகர்கள் இது குறித்துச் செய்திருக்கக் கூடிய யூகங்களையும் கற்பனைகளையும் விஞ்சக்கூடிய ஒன்றாக அவையனைத்தையும் விட 'கொஞ்சம் பெரிய ஒன்றாக'த்தான் இருந்திருக்க வேண்டும்.

"இது ஒரு தமாஷ் கதை" என்று 'பாத்துமாவின் ஆடு' நாவலைப் பற்றிச் சொல்லும் பஷீர் அடுத்த வரியாக "இருந்தாலும் எழுதும் போது நான் மனதிற்குள் வெந்து சாம்பலாகிக் கொண்டிருந்தேன்" என்கிறார். நல்ல தமாஷ்! அவரது ஆக்கங்களிலேயே ஆகச் சிறப்பானது இந்நாவலே. இதற்குள் தமாஷ் இருக்கிறதுதான். ஆனால் அதைவிடவும் வேறுபட்ட கூறுகள் நேரடியாக உட்பொதிந்தும் கிடக்கும் நாவலாகும். "சுத்தமான தெளிவான பைத்தியநிலையில் இருந்தபோது எழுதப்பட்டது" என்கிறார் பஷீர். அது எப்படிப்பட்ட பைத்தியம் என்றால் "ஒரு பன்னிரண்டு யானைகளுக்குப் பைத்தியம் பிடித்திருப்பதாகக் கற்பனைசெய்து கொள்ளுங்கள். ஒரு யானையின் தலையில் எண்ணெயைத் தப்பளம் வைத்தால் பன்னிரண்டுமே தூங்கிவிடுமென்று சொல்வார்கள். அப்படிப்பட்ட ஒன்றை என் தலையில் வைக்கிறார்கள்." அவ்வாறான காலத்தில் எழுதி எடுக்கப்பட்ட சுயவரலாற்றுத்தன்மை நிரம்பிய நாவல் 'பாத்துமாவின் ஆடு.' இதற்கு பஷீர் எழுதியிருக்கும் முன்னுரை பலவிதங்களிலும் முக்கியத்துவமுடையது. எதை எழுதினாலும் அதன் இறுதி விளைவாக அதை மிரளச் செய்யும் ஒன்றாக இருக்க வேண்டியது கலைத்தன்மையே என்பதை அடியோட்டமாகக் கூறும் முன்னுரை அது. மேலும் எழுத்தாளனுக்குத் தன் வாழ்க்கையிலிருந்து மறைக்க ரகசியம் என ஏதும் இருக்க வேண்டியதில்லை என்பதை முகத்திற்கு நேராகச் சொல்லும் முன்னுரையும் கூட. ஏனெனில் சுந்தர ராமசாமி சொல்வது போல் "பஷீருக்கு வாழ்க்கையின் மென்மையும் கடுமையும் ஆழமாகத் தெரியும். மென்மையை உறுதிப்படுத்த,கடுமையை ஒரு போதும் மறைக்காதவர் அவர். அவருடைய எழுத்தில் மிகக் கீழானவற்றிற்கு வெகு சமீபத்தில் இருக்கின்றன மிக மேலானவையும்."

இந்நாவலில் வரும் உம்மா அவரது பிற படைப்புகளில் காணக்கிடைக்கும் உம்மாவிலிருந்து வேறுபட்டவள். "உம்மா எனும் பிரம்மாண்டமான கதாபாத்திரம். அக்கம் பக்கம் பார்த்துவிட்டு செவிக்குச் செவி கேட்காமல் ரூபாய் மட்டும் தந்தால் போதுமென்று சொல்லும் உம்மா. எவ்வளவு அற்புதமான வெளிப்படையான எளிமையான அப்பட்டமான யதார்த்தம். ஆனால் எவ்வளவு மனிதாபிமான மிக்க அக உணர்வு. சென்ட்ரல் ஜெயிலிலிருக்கும் தன் மகன் பசியுடன் வந்துவிடுவானோ என்று ஒவ்வொரு இரவும் தகர விளக்கைப் பற்ற வைத்துச் சோறுடன் காத்திருக்கும் அதே உம்மா தான் இந்த உம்மாவும்" என்று எம்.டி. வாசுதேவன் நாயரின் கூற்றை பஷீரின் வாசகன் மறுப்பேதுமின்றி ஆமோதிக்கவே செய்வான். இஸ்லாமிய வாழ்க்கையைப் பின்புலமாக இவரது எழுத்துக்கள் கொண்டிருப்பினும் அவர் முன்னர் மேற்கொண்ட நாடோடி வாழ்க்கை கற்றுத் தந்திருந்த பலநூறு பாடங்கள் அந்தச் சொந்த அனுபவங்களுக்கு நுட்பத்தைக் கூட்டுகிறது. அதுவே படைப்புலகிற்கு ஆழத்தையும் விரிவையும் அளிக்கிறது. அவருக்குப் பின் எழுதவந்த அவரோடு நெருங்கிய நட்புக்கொண்டிருந்த எம்.டி.யின் எழுத்துகளில் (பஷீருக்கு இஸ்லாம் வாழ்க்கை என்றால் எம்.டி.க்கு நாயர் சமூக வாழ்க்கை [விதிவிலக்கு இரண்டாம் இடம்]) இது நிகழவில்லை. மேலும் பஷீருடையதை வசதிக்காகவே நாவல் என்று சுட்டுகிறோம். நாவல் என்னும் வடிவத்தைச் சரியாகப் புரிந்துகொண்டு அதில் இஸ்லாமிய வாழ்க்கையை நாவலுக்குரிய பின்னணி மற்றும் அழகியலோடு சொன்னவர் நவீனத்துவரான புனத்தில் குஞ்ஞப்துல்லா.

ஒன்றரை பர்லாங் தூரத்திலிருக்கும் பஷீரின் சகோதரியான பாத்துமா எழுந்ததும் செய்யும் முதல் வேலை தன் ஆட்டை அவிழ்த்துவிடுவது. அது அப்படியே 'ஸ்டைலாக' நடந்துவந்து வீட்டினுள் நுழைந்து குழந்தைகளின் மீது நடந்து அவர்களை எழுப்பிவிட்டுப் பலா இலைகளைத் தின்னத்தொடங்கும். பிறகு 'பால்யகால சகி', 'சப்தங்க'ளை ஒரு கை (வாய்!) பார்த்துவிட்டுப் போர்வையைத் தின்ன ஆரம்பிக்கிறது. ஏனெனில் பாத்துமா ஆட்டிடம் 'அந்த பலாவிலையை எல்லாம் அவளுங்க கூட்டித் தூர எறிவதற்கு முன்பே நீ போய் வயிறு நிறையத் தின்னு எந்தங்கமே!" எனச் சொல்லி அனுப்புகிறாள். அந்த 'அவளுங்க' அவளது உம்மாவும் நாத்தனார்களும் சகோதரியும். சாவகாசமாக ஓய்வெடுத்தபடி எழுத பல நாட்களுக்குப் பின் வீடு திரும்பும் பஷீருக்கு இவையெல்லாம் கண்ணில் படுகின்றன. குழந்தைகளின் உலகம், பெண்களின் உள் உலகம், மனிதனின் சுயநலம் மிக்க அகவெளிப்பாடுகள், பிற உயிர்களிடம் அவ்வளவு வறுமையிலும்

அவர்கள் கொண்டிருக்கும் நேசம் போன்றவை இந்நாவலுக்கு கூடுதல் அழகை அளிக்கின்றன. இந்நாவலின் பிரதானமான அம்சம் இதுதான் எனக் கூறமுடியாதவாறு ஒன்றையொன்று மேவிக் கலையழகுடன் கூடிக் கலந்து கிடப்பதுதான், இப்போதும் அந்நாவல் சோபை இழக்காது அபாரமான ஒளியுடன் மிளிர் வதற்கு மிக முக்கியமான காரணம்.

வீட்டின் பெரிய காக்கா (அண்ணன்)விடம் உடன்பிறந் தோர்க்கும் அவர்களைச் சார்ந்தோர்க்கும் உம்மாவுக்கும் இன்னும் சிலருக்கும் ஒரு காரியம் ஆக வேண்டியிருக்கிறது. அது வேறொன்றுமில்லை. பணம். அதைக் கேட்பவர்கள் மறக்காமல் அவரிடம் சொல்வது “இதைப் பிறர் அறிய வேண்டாம்.” ஒற்றைக்கு ஒற்றையாக ஐந்து ரூபாய் மட்டும் இருப்பதாகச் சொல்லும்போது உம்மா சொல்கிறாள், “அதை எங்கிட்ட தா.” இன்னொரு தம்பிக்குத் தனியே அறை கட்டிக்கொள்ள காசு வேண்டும். மற்றுமொரு ‘கருமி’த் தம்பிக்குத் தன் தோட்டத்தைப் பல மடங்கு விலைக்குத் அவரிடம் தள்ளிவிடப் பேராசை. பாத்துமாவுக்கு அவள் செல்லமகள் கதீஜாவுக்கு தங்கத்தில் கம்மல். தம்பி மனைவிகளுக்கு அதுபோலவோ அதற்கு ஈடாகவோ பண்டபாத்திரங்கள். சிறுவயதில் முலைப்பால் குடித்ததாகக் கூறி ஊர்ப்பெண்கள் வந்து வாங்கிப் போவது தனி. அவர் மொழியில் சொல்வதெனில் அப்படியே ‘க்ளீன் ...’! அவருடைய ரெக்கார்டர், புது சைக்கிள் அனைத்தும் அவர்களுக்கே. கதை சொல்லி அன்பானவர் என்றாலும் புத்திசாலி என்பதை அறியாதவர்கள் அல்லது அறியாததுபோல பாவனை செய்யும் குடும்ப அங்கத்தினர்கள். வீடென்னும் அந்த உலகின் சுயநலன் அவர் தலைக்குள் புகையைக் கிளப்பியிருக்க வேண்டும். அதனால் “மனதிற்குள் சாம்பலாகிக் கொண்டிருந்தேன்” (முன்னுரையில்) என எழுத நேர்ந்திருக்கும்.

அரிசிச்சோற்றை ஆண்களுக்குப் போட்டுவிட்டு மரச்சீனிக் கிழங்கைத் தின்று காலந்தள்ளும் பெண்களுக்குள்ளான பொறாமைகள் தற்காலிகச் சச்சரவுகள் அதற்கேயுரிய இயல்பான அழகுடன் நிகழ்கின்றன. இத்தனையையும் செவியுற்று அமர்ந்திருக்கும் கதைசொல்லிக்கு வரும் மணியார்டரின் சேதி அவருக்கு எட்டுவதற்குள் அதே ரத்த உறவுகளால் பாகம் பிரிக்கப்பட்டுவிடுகிறது. இவ்வளவுக்கும் நடுவில் சம்பங்காய் களுக்காக வந்த பெண்களைத் தன் ரசிகைகள் என நம்பி ஏமாந்த ‘அன்பான’ கதைசொல்லி அம்மாவிடம் கடன் பெற்றுப் பீடி வாங்கி ஆற்று மணலில் அமர்ந்து அவர்களை நினைத்துப் புகைவிடுகிறார். ‘ஃப்பூ!’ ஆமாம், ஃப்பூ! அவ்வளவுதான். ஃப்பூ! தன்னைச் சுற்றி ஓடும் உலகின் மனக்கிலேசம் அவரை அழுத்தும்போது

கூட இவ்வாறான ஒரு தருணம் நாவலுக்குள்ளிலிருந்து எழுந்து வருகிறது. ஃப்பூ! அதனால்தான் சு.ரா சொல்கிறார் போலும், "பஷீருடன் ஒப்பிட்டுப் பேச நம் மொழியில் எவரும் இல்லை!" அப்படிக் கூற இன்னும் பல கிளைக்காரணங்களும் இருக்கின்றன என்பதை அவரது எழுத்துப் பிரபஞ்சத்துக்குள் சென்று திரும்பியவர்கள் எளிதாகவே கண்டுகொள்ள முடியும்.

குழந்தைகளுக்கும் பிராணிகளுக்கும் பஷீரின் உலகில் தனித்துவமான இடம் உண்டு, அவர்களுக்கேற்ற வண்ணங் களுடனும் வாசனைகளுடனும். பார்சலில் வரும் புத்தகக் கட்டுகளை விற்று அதற்கு கமிஷன் எடுத்துக்கொள்ளும் தம்பி, அந்தப் பணத்தைக் கேட்கும் உம்மா! அப்போது வரும் பாத்துமாவின் ஆட்டுக்குத் தன் 'உலகப் புகழ்பெற்ற மூக்கு' நூலைத் தின்னத் தரும் பஷீர்! வியப்புடன் கூவத் தோன்றுகிறது, ஓ..! ...பஷீர்..!!

நாவலை அசை போட்டபடியே நடக்கையில் மீண்டும் மீண்டும் மனதிற்குள் மிதந்து அசைந்து வரும் காட்சி ஒன்று உண்டு. மண்ணைக் குழைத்துப் பனையோலை வேய்ந்த பூட்டு இல்லாத கயிற்றில் கட்டப்பட்ட கதவுள்ள வீட்டை நோக்கித் தன் கணவன் கொச்சுண்ணியுடன் பாத்துமா செல்லும் சித்திரம் அது. "தீப்பந்தம் பற்ற வைத்து கொச்சுண்ணி முன்னால் செல்வான். அந்த வெளிச்சத்தில் பின்னால் பாத்துமா. பாத்துமாவையொட்டி வால் போல் பத்து வயதான கதீஜா. கதீஜாவின் பின்னால் ஆடு."

பிறகு, ஆட்டுப் பாலுக்கு அங்கு நடக்கும் தகிடுதத்தங்கள்! நாவலை வாசித்து மூடிவைத்த பின் பெரிய எழுத்துக்காரர்களை நோக்கி நாம் எப்போதும் உச்சரிக்கும் அரதப்பழசான, சொல்லிச்சொல்லி அச்சொல்லின் ரசம் தேய்ந்து பாலீஸ் மங்கிப்போன ஒரு சொல்தான் முன்னால் வந்து நின்றது. மகா கலைஞன்! பஷீர் இதைக் கேட்டிருப்பாரெனில் சட்டென சாய்வு நாற்காலியிலிருந்து எழுந்து பீடி பற்றவைத்த பிறகு "ம்ம்ம் . . ." எனப் பொய்யாக உறுமி மீண்டும் சாய்ந்து என்னை உற்றுநோக்கிச் சொல்லியிருப்பாராகயிருக்கும். டுங்கு! டுங்கு!

அவரது நாவல்கள் அளவுக்கே சிறப்பித்துக் கூறத்தக்கவை அவரது நெடுங்கதைகளும் சிறுகதைகளும். ஊரில் யார் கர்ப்பமானாலும் அதற்கு நான்தான் காரணமெனச் சொல்லித்திரியும் 'எட்டுக்காலி மம்மூஞ்ஞு', 'மூணு சீட்டு விளையாட்டுக்கார'னான ஒத்தைக் கண்ணன் பாக்கர், அவருடைய மகளான அதிரூப சுந்தரி ஸைனபா, அவளுடைய காதலனும் லேசான மாறுகண்ணனும்

திக்குவாயனும் சுத்தக் கறுப்பனுமான மடையன் முத்தபா, காதலி விட்ட "பர்ர்ர்..."ரால் கலைந்து போகும் காதல் (பர்ர்..!), டாக்டர் வந்த பின்பே பிரசவிப்பேன் என ஓலமிடும் ஐசமா (ஐசுக்குட்டி), படுக்கையில் மூத்திரம் பெய்ததற்காக ஆனையின் காலடியில் புகுந்து (ஆனையைக் கடித்தும் வைக்கும்) வரும் பஷீர் (ஆனைமுடி) இவர்கள் மட்டுமல்ல, வேறொரு விளிம்பு நிலையின் இருண்ட உலகத்தைப் பேசும் 'சப்தங்கள்'. பஷீரின் இவ்வுலகத்தை வாசித்துச் செல்லும்போது அது வாசகனை மனதின் சில நுண்ணிய இடங் களுக்கு நகர்த்தியபடியே குதூகலத்தைத் (சப்தங்கள் தவிர) தொற்றச் செய்துவிடுகிறது. அழகியான ஸைனபா போயும்போயும் ஏன் மடையனான முத்தபாவைக் காதலித்தாள்? (மூணுசீட்டு விளையாட்டுக்காரனின் மகள்), தங்கச் சிலுவையைத் திருடிய தோமாவிடம் (ஆனைவாரியும் பொன்குரிசும்) ஏன் ஏட்டு மகள் கொச்சு திரேஸ்யாவுக்குக் காதல் உண்டானது? அவனது சாகசம் கண்டா அல்லது திருடனின் நல்லியல்பு மேல் கொண்ட பிரேமமா? சீட்டுக்களில் ரகசிய முத்திரை போடவைத்து முத்தபாவை வெல்லச் செய்வது காதலுக்காகத்தானே? மடைய னுக்கும் தோன்றுவதால் இதை மகத்தான காதல் என்று கருத வேண்டியதில்லையா?! தூய மனங்களிலிருந்து முளைத்தெழும் அனைத்திற்கும் மகத்தானவையாக ஆகும் ஆற்றல் உண்டல்லவா! மேலும் இதற்கு தெளிவான இறுதியான விடைகளை இன்றுவரை கண்டுபிடிக்கவுமில்லையே. அதுதானே வாழ்வின் அழகும்! அதைத் தரிசனமாக ஆக்கிக்கொள்ளாமல் ஆராய்ச்சி செய்யப் புறப்படுவது சுத்த 'படுக்கூஸ்'த்தனமான வேலையாகத்தானே இருக்கும்.

உக்கிரமான காதலின் நிமிடங்களால் ஆன 'அனுராகத்தின் தினங்கள்' பிறவற்றிலிருந்து மாறுபட்டு உணர்ச்சியின் கொந்தளிப்புகளால் ஆனது. பஷீரின் தோல்வியடைந்த காதல் கதை இது. தேவியினுடனான காதலையும் அந்தக் காதலின் தருணங்களையும் குறிப்பாக எழுதிவைத்து மறந்துபோகிறார் பஷீர். பின்னாளில் பிரசுரமாகாது கிடந்த 'குப்பைகளை' எல்லாம் எரிக்கச் சொல்லி ஃபாபியிடம் ஒப்படைத்த கட்டுகளில் இருந்ததை எம்.டி.வாசுதேவன் நாயரிடம் அளிக்கிறார் ஃபாபி. அச்சுக் கோப்பு முடிந்த பின்பே பஷீருக்குத் தகவல் தெரிய வருகிறது. தலைப்பிட்டது கூட எம்.டி.தான். "அந்த தேவியை 'டாட்டா'(பஷீர்)வால் இறுதிவரை மறக்க முடியாமல் இருந்தது" என நினைவுகூர்கிறார் ஃபாபி.

சந்தேக கேஸில் உள்ளே போகும் தோமா மழைபெய்யும் இரவில் ஏட்டின் சோகக்கதையைக் கேட்ட பிறகு அவனுக்கு வேண்டி தங்கச்சிலுவையைத் திருடி சில பல விசாரணைகளுக்குப்

பின் அதை ஒப்புக்கொண்டு "கர்த்தாவான ஏசு கிறிஸ்துவை அறைஞ்சது மரச் சிலுவையிலே தானே? தேவாலயத்துக்கு எதுக்கு தங்கச் சிலுவை?" என கேட்கும்போது ஒலிப்பது தோமாவின் குரலா? பஷீரின் குரலா? அப்படியாக தோமா 'பொன்குரிசு' தோமாவாகப் பட்டம் பெற்று அப்படியே 'ஸ்டைலாக' ஊருக்குள் நுழையும்போது பஷீரின் நடையில் உற்சாகம் துள்ளுகிறது. எதை நோக்கியதாக எதன் குரலாக இலக்கியம் இருக்க வேண்டும் என எண்ணினாரோ அதைச் செய்து காட்டியவனுக்கு அந்த கௌரவத்தைக் கூட அளிக்க மாட்டாரா என்ன! இதே போன்றதொரு உணர்ச்சிதான், எலிகளுக்கும் நரிகளுக்கும் பாம்புகளுக்கும் வவ்வால்களுக்கும் பூச்சிகளுக்கும் இன்னபிறவற்றுக்கும் இந்தப் பூமியில் ஒரே மதிப்புதான் *(பூமியின் வாரிசுதாரர்கள்)* என அவரை எழுதச்செய்கிறது போலும்.

வெவ்வேறு தளத்தில் நின்று எழுதப்பட்ட கதைகளான *'பூவன் பழம்'*, *'மூடர்களின் சொர்க்கம்'*, *'சிரிக்கும் மரப்பாச்சி'* போன்றவை தேவியின் காதலுக்குப் பக்கத்திலேயே வேறு கோணத்தில் நோக்கத் தக்கவை. இதில் ஒரு அர்த்தத்தில் *'தங்கம்'* போன்ற கதையையும் சேர்க்கலாம். பஷீரின் சில கதைகள் இன்று அதற்குரிய ஒளியை இழந்து பின்தங்கிவிட்டதையும் சொல்லத்தான் வேண்டும். பெரிய மூக்கை ஆட்கள் பார்க்க வந்து பிரபல்யமாகி கட்டணம் வசூலிக்கிற வரை அது செல்வதை *(உலகப் புகழ்பெற்ற மூக்கு)* படித்தபோது மார்க்கேஸின் *'மிகப்பெரும் சிறகுகளையுடைய வயோதிகன்'* என்னும் சிறுகதை நினைவுக்கு வந்தது. அதிலும் இது போன்ற வசூல்வேட்டை நடக்கும். ஆனால் உடனடியாக அதிலிருந்து மீண்டேன். ஏனெனில் எப்போதும் லத்தீன் அமெரிக்க இலக்கியத்தைச் சுட்டியே ஒப்பிட்டுப் பேச வேண்டியதில்லை. இங்கிருந்தும் இம்மண்ணிலிருந்தும் அவ்வாறான கதைகள் எழுதப்படலாமல்லவா?!

மங்குஸ்தான் மரத்தினடியில் ரெக்கார்டு பிளேயரில் அபாரமான இசையை ஓடவிட்டு தேவியை எண்ணியபடி அமர்ந்திருக்கும் பஷீர்..! அதே மரத்தினடிக்குப் *'புனித யாத்திரை'* போல தன் மொத்த வாழ்க்கையையும் இலக்கியமாக ஆக்கிய ஒருவரைச் சந்திக்க நாள் தோறும் பேப்பூர் போய் இறங்கியவர்களுக்குள் சமூக அடுக்கு சார்ந்த வித்தியாசம் இருந்தது. பஷீர் அப்படி அவர்களைப் பார்க்கவில்லை. இலக்கியக்காரர்களும் பல்கலைக் கழகப் பேராசிரியர்களும் அமர்ந்து பேசிய இடத்திலேயே மூன்று கொலைகள் செய்தவனும் பேச முடிகிறது. அதனால்தான் சிறையில்

கே.என். செந்தில்

அவரை வாசித்திருந்த 'திருடன் மணியன் பிள்ளை'க்கும் அவரைக் காண வேண்டும் என்று தோன்றிவிடுகிறது. காணாமலேயே கண்டு வந்ததாக போலீஸிடம் பொய் சொல்லும்போது அவர் பெயரைச் சொன்னதற்காகவே அந்த போலீஸ்காரர்கள் போகிற லாரியை மடக்கிப் பிள்ளையை அதிலேற்றி அனுப்பிவைக்கிறார்கள். ஏனெனில் அவர் சகலருக்குமான 'பிரிய' பஷீர். அதனால்தான் வாசகர்களால் எவ்வித அச்சமும் கூச்சமுமின்றி அவரது வழுக்கைத் தலையை ஏகத்துக்கும் கிண்டல்செய்து கேள்வி கேட்க முடிகிறது. சந்தனக்கல் தொலைந்துவிட்டது; உங்கள் தலையை அதற்குப் பதிலாகத் தர முடியுமா என்று ஒருவன் கேட்கப் பட்டாசு மருந்து அரைத்துக்கொள்ளவா என்கிறான் மற்றொருவன். இன்னும் ஒருபடி மேலே போய் மரச்சீனிக் கிழங்கைப் பயிர் செய்துகொள்ளட்டுமா என்கிறான் வேறொருவன். இந்த வழுக்கை தனி தினுசு. இது "பஷீர் பிரெண்ட்" என்று சொல்வது யார் எனக் கேட்கிறீர்களா? பஷீரேதான். "வழுக்கைத் தலையர்கள் அதிர்ஷ்டசாலிகள்" என்று 'டாட்டா' சொன்னதாக ஃபாபி பிரியத்துடன் நினைவுகூர்கிறார். எந்த ஃபாபி? சிறு வயதிலேயே அவரை வாசித்திருந்த நிலையில் தன்னைப் பெண் பார்க்க – ஐம்பது வயதில் – பஷீர் வந்திருக்கும் சேதியைக் கேள்விப்பட்டு "ஆளு இன்னும் உசுரோடயிருக்காரா?" என்று கேட்ட அதே ஃபாபி.

தன்னை 'ஒண்ணாம் நம்பர்' முஸ்லிம், 'சாதாரண முஸல்மான்' எனச் சொல்லிக்கொண்ட பஷீரின் எழுத்துகள் சு.ராவின் மொழியில் சொல்வதென்றால் "மொழிபெயர்க்க மிகக் கடுமையானது அவருடைய எழுத்து. தான் பேசிய கொச்சையையே தன் மொழியாக எழுத்தில் அனுசரித்தவர் அவர். முஸ்லிம் குடும்பங்களுக்குள் புழங்கும் கொச்சைச் சொற்கள், அந்தரங்கமான குறியீடுகள், பொருளற்ற ஓசையின் பதிவுகள். இவற்றின் ரசவாதக் கலவை." அதை வெகு ஈடுபாட்டுடன் தமிழில் மொழிபெயர்த்திருப்பவர் குளச்சல் மு. யூசுப். மொழியாக்கத்தை வாசிக்கையில் பஷீரின் பாத்திரங்கள் அனைத்தும் குமரி மாவட்டத்துக்குக் குடிமாற்றி வந்துவிட்டார்களோ என நினைக்கவைக்கிறது. பல இடங்களில் குமரி வட்டாரத்துக்காரர் எழுதிய படைப்பு போல் இருக்கிறது. இது மிகப்பெரும் சறுக்கல். ஜெயமோகன் சொல்வது போல் "மாம்பழம் 'படுக்கேந்து' விழுகிறது. உம்மா 'ஆஹாஷமாக' வருகிறாள். கான் 'ஸிம்ப்ளனாக' நிற்கிறான். இவ்வாறுதான் பஷீரின் நடை உருவாகி வருகிறது. உம்மா "றப்பே–ன்னே கொந்தே ஓடிவாயோ . . ." என்று பெரியவாயில் கதறினாள்."

இம்மொழியைப் பிடிக்க முடியவில்லையெனில் அப்படியே அச்சொல்லைப் பயன்படுத்தி இருக்கலாம். தமிழிலிருந்து சுராவின் 'ஜே.ஜே.: சில குறிப்புக'ளையும் ஜி. நாகராஜனின் 'நாளை மற்றுமொரு நாளே'யையும் மலையாளத்தில் மொழிபெயர்த்த ஆற்றூர் ரவிவர்மா பல தமிழ்ச் சொற்களை அங்கு அப்படியே பயன்படுத்தியிருக்கிறார். ஜே.ஜேவின் மொழிபெயர்ப்பு மூலம் மலையாளத்தில் நிகழ்ந்த சலனங்களையும் அது ஏற்படுத்திய தாக்கங்களையும் கவிஞர். கல்பற்றா நாராயணன் பதிவுசெய்திருக்கிறார். அது போன்றதொரு சலனம் ஏன் இங்கும் நிகழக்கூடாது? மேலும் மலையாளம் அறிந்த தமிழ்ப் படைப்பாளிகள் பலரும் மேற்கோள் காட்டியிருக்கும் 'என் தாத்தாவுக்கு ஒரு யானையிருந்தது' என்னும் நாவலை யூசுப் 'எங்க உப்பப்பாவுக்கொரு ஆனையிருந்தது' என்று தமிழ்ப் படுத்தினாரல்லவா?! அது அந்த நாவலின் இஸ்லாமியப் பின்புலத்தை உணர்த்த விரும்புவதை மிக நெருக்கமாக வாசகன் அறிந்துகொள்ளத் துணை செய்கிறதல்லவா? இதே பிரக்ஞை விரிவாக மொத்த மொழிபெயர்ப்பிலும் செயலாற்றியிருக்குமெனில் அது தமிழின் முக்கியமான பணியாக இருந்திருக்கும். யூசுப்பின் உழைப்பை மெச்சியபடியேதான் இந்த விமர்சனத்தையும் முன் வைக்கிறேன்.

பஷீர் தன் எழுத்துக்கு எந்தப் பெயரையும் இட்டுக்கொள்ள வில்லை. நவீனத்துவத்தையும் பின் நவீனத்துவத்தையும் கேலியாகவே கண்டார். ஏனெனில் அவருடையது அப்படியான வகைப்பாட்டுக்குள் அடங்காத, அவரே சொல்லிக்கொண்ட "பஷீரியம்".

'வரலாற்றாசிரியனாக'த் தன்னைச் சொல்லிக்கொண்ட பஷீரின் படைப்புலகு பற்றிய இந்தக் கட்டுரை அப்படியே 'ஸ்டைலா'க இங்கு நிறைவுறுகிறது.

மங்களம்!

சுபம்!

குறிப்பு: இக்கட்டுரை தமிழில் மொழிபெயர்க்கப்பட்ட பஷீரின் ஆக்கங்களை முன்வைத்து எழுதப்பட்டது. காலச்சுவடு பதிப்பக வெளியீடாக சுகுமாரன் மொழிபெயர்ப்பில் வந்த பஷீரின் 'மதில்கள்', ஃபாபி பஷீரின் 'எடியே...' நீங்கலாகப் பிற அனைத்தும் குளச்சல் மு. யூசுப் மொழிபெயர்ப்பில் வந்துள்ள புனைவுகளும் புனைவல்லாததுமான ('உண்மையும்

கே.என். செந்தில்

பொய்யும்') நூல்களை அடிப்படையாகக் கொண்டவை. இக்கட்டுரையில் வரும் பிற மலையாள எழுத்தாளர்களின் படைப்புகள் குறித்த அவதானிப்பும் தமிழ் மொழிபெயர்ப்பை அடிப்படையாகக் கொண்டதே.

உதவிய பிற ஆக்கங்கள்:

1. பஷீர்: 'முற்போக்கு இலக்கியத்தின் அசல்' – சுந்தர ராமசாமி (கட்டுரை)
2. பஷீர்: 'பூமியின் உரிமையாளர்' – சுகுமாரன் (கட்டுரை)
3. பஷீர்: 'மொழியின் புன்னகை' – ஜெயமோகன் (கட்டுரை)
4. 'இந்திய இலக்கியச் சிற்பிகள்' – வைக்கம் முகம்மது பஷீர் – எம்.என். காரச்சேரி (சாகித்ய அகாதமி வெளியீடு).

கபாடபுரம், இணைய இதழ் 2

அம்பை
வற்றாத ஏரியின் மீன்கள்

"வாழ்க்கையில் உள்ள 'உண்மைகளை'ப் பற்றியது அல்ல இலக்கியம். உண்மை என்று நாம் உணர்வதற்கும் நமக்கும் இடையே உள்ள உறவு பற்றியது இலக்கியம். இந்த 'உண்மை'யின் தன்மை மாறியபடி இருக்கிறது நம் வாழ்வில் என்பதுதான் உண்மை. வாழ்க்கையின் போக்குக்கு ஏற்ப இதை நாம் பல்வேறு கட்டங்களில் பல வகைகளில் உணருகிறோம். அதை நாம் எப்படி மொழியாக்குகிறோம் என்பதுதான் இலக்கியம். நம் உணர்வுகளின் வெளிப்படை சில சமயங்களிலும், அவற்றின் மறைப்பு சில சமயங்களிலும், உணர்வுகளை இலக்கியமாக்குகிறது. இந்த வெளிப்படை — மறைப்பு இவற்றின் கண்ணாமூச்சிதான் இலக்கியம் . . ."

"நான் எழுதும் பாத்திரங்கள் எதையும் உரத்து, முழக்கமிட்டுச் செய்வதில்லை. கலகக் குரல் என்பது எல்லாவற்றையும் முறிப்போம் என்ற கூக்குரல் இல்லை . . ."

– அம்பை

கிட்டத்தட்ட – இல்லையில்லை – மிகச்சரியாக அம்பையின் முதல் தொகுப்பு (சிறகுகள் முறியும் – 1976) வெளியான நாற்பதாம் ஆண்டு இது. இன்னும் கூறுவதென்றால் அவரது முதல் கதை ("மெட்ராஸ்ல இருந்தப்பதான் 'சிறகுகள் முறியும்' எழுதினேன். ரொம்ப காலம் கழிச்சு எழுதின கதை. 67ல எழுதினேன்") எழுதப்பட்டு ஐம்பதாண்டுகள் ஆகிவிட்டன. அதற்கும் முன்பே

கே.என். செந்தில்

பத்தாம் வகுப்பு தாண்டியப் பிராயத்தில் நாவல் போட்டியில் கலந்து கொள்ளும் பொருட்டு 'நந்திமலைச் சாரலிலே' என்னும் தலைப்பில் நாவலொன்றை எழுதி அனுப்பி முதல் பரிசும் பெற்றிருக்கிறார். அதுமட்டுமல்ல, அதே காலகட்டத்தில் எழுதிய சில சிறுகதைகள் *ஆனந்த விகடனில்* முத்திரைக் கதைகளாக பிரசுரமாகியிருக்கின்றன. ஆனால் அவற்றிற்கெல்லாம் முதிரா முயற்சி என்ற அளவிலேயே மதிப்பு என நினைத்து அதற்கு 'ரொம்ப காலம் கழிச்சு' எழுதப்பட்ட கதைகளிலிருந்தே அவரது இலக்கிய பிரவேசம் நிகழ்கிறது. இரா. மீனாட்சி, திரிசடை போன்றோர் புதுக்கவிதையில் அன்று செயல்பட்டிருந்தாலும் கடந்த அரை நூற்றாண்டு தமிழ் இலக்கியத்தின் புனைகதைப் பரப்பிற்குள்ளும் உரையாடல் தளத்திலும் நிகழ்ந்த முக்கியமான வருகைகளுள் ஒன்று அம்பையினுடையது. நிதானமும் கவனமும் கொண்ட ஆரம்ப காலப் படைப்பாக்கச் செயல்பாடுகள் இரண்டாயிரமாண்டுக்குப் பின்னரே வேகம் பெற்றிருக்கின்றன. குறைவாக எழுதி வந்த அம்பை 2000க்கு பின் கணிசமான ஆக்கங்களை படைத்திருக்கிறார். சமீபத்திய தொகுப்பான 'அந்தேரி மேம்பாலத்தில் ஒரு சந்திப்பு' (2014) வரை 74 கதைகளை உள்ளடக்கியது (நெடுங்கதைகளையும் சேர்த்து) அம்பையின் படைப்புலகம். முன்னோடி என்ற பதத்திற்கு எல்லா வகையிலும் பொருந்தக்கூடியவைகளாக சிறுகதைப்பரப்பின் மீது ஏதோ ஒரு விதத்தில் சலனங்களை உருவாக்கக்கூடியவைகளாக இருக்கின்றன அவரது புனைகதைகள். அதுகாறும் மறுக்கப்பட்ட உலகின் புதிய குரல் அம்பையினுடையது. திரைச்சீலைகளுக்கு பின்னும் நிலைக்கதவுகளை அடுத்தும் சமையற்கட்டுக்குள்ளும் புழுங்கித் தவித்தவர்களை வரவேற்பறைக்கு கொண்டு வந்தவர் அவர். பெண்களின் உலகம் என அதுவரை ஆண்கள் எழுதிக்காட்டியவற்றை மூர்க்கமாக மீறும் ஆக்கங்கள் இவை. இதன் பொருள் ஆண்களை வில்லன்களாகச் சித்தரிக்கிறார் என்பதல்ல. அதுவரை பார்க்க மறுத்தவற்றின் அல்லது மறந்தவற்றின் திசை நோக்கி நம்மை திருப்புகிறார் என்பதே. இந்த ஆண் உலகு / பெண் உலகு என்ற பாகுபாடும் வகைப்படுத்தலும் வசதிக்காகவேயன்றி விமர்சனக்கூண்டுக்குள் படைப்பாளியை நிறுத்தும் எண்ணத்தால் அல்ல. அம்பையின் பெரும்பாலான கதைகளின் முனைப்பு கலையை நோக்கியே. கலையின் ஆதார சுருதியை மீட்டியபடியே தன் பிரத்யேக கருத்துக்களை அதன் வழி சொல்ல விரும்புவதை விட்டுக் கொடுக்காமல் நகர்த்திச் செல்கிறார். இந்த பயணம் உறவுகளால் போராட்டங்களால் கசப்புகளால் தனிமைகளால் அபூர்வமான பரவசங்களால் விம்மல்களால் கண்முன் தன் நிறங்களை இழந்து வெளிரும்

சமூகத்தவர்களால் இடர்களை நேர்நின்று எதிர்கொள்ளத் துணிந்தவர்களால் இன்ன பிறவற்றால் ஆனது.

வரிசைக்கிரமமான வாசிப்பாக அல்லாமல் ஒரே அமர்வில், இரண்டாம் தொகுப்பில் இரு கதைகள், நான்காம் தொகுப்பில் ஒரு கதை, முதல் தொகுப்பில் சில கதைகள் எனக் கதைசொல்லி வேறுவேறான காலகட்டங்களில் எழுதிய சிறுகதைகளின் ஊடாக அந்தந்த உலகிற்குள் நுழைவதும் வெளியேறுவதுமாக இருந்தேன். இதன் மூலம் சொந்த வாழ்க்கையின் சுயஅனுபவங்களிலிருந்தும் கண் முன் ஓடும் உலகிலிருந்து விரும்பியோ/விரும்பாமலோ வந்து சேரும் அனுபவங்களிலிருந்தும் பெரும்பாலான ஆக்கங்கள் தோன்றியிருப்பதால் அந்த அனுபவத்திலிருந்து எவற்றை கதைகளாக ஆக்க முயன்றிருக்கிறார் என்பதிலுள்ள தேர்வு, சொல்முறை, வடிவம், மொழி, போன்றவற்றில் படைப்பாளி மேற்கொண்ட பயணத்தின் தொலைவை கண்டுகொள்ள இயலும் என்பதே காரணம்.

தன் முதல் தொகுப்பு கதைகளைப் பற்றி அதன் இரண்டாம் பதிப்பின் முன்னுரையில் அடக்கமானத் தொனியில் அம்பைக் குறைவாகச் சொல்லிக் கொண்டாலும் அவை இலக்கியத்தில் அவர் ஆற்றவிருக்கும் பங்களிப்புக்கான சுவடுகளை சற்று அதிகமாகவே கொண்டிருக்கின்றன. அவரது நிலம் பரந்துபட்டது. ஏனெனில் இந்தக் கதைகள் தமிழகத்தின் நகரங்களிலும் சிற்றூர்களிலும் மட்டுமல்ல, டெல்லி, மும்பாய், பிற வட இந்திய மாநிலங்களின் கிராமங்கள், முட்டுச் சந்துகள் மற்றும் அந்நிய தேசங்களிலும் நிகழ்பவையாக உள்ளன. அம்பையின் புகழ்பெற்ற அவர் பெயரோடு எப்போதும் சேர்த்து உச்சரிக்கப்படும் சில கதைகளுள் இரண்டு ('அம்மா ஒரு கொலை செய்தாள்', 'சிறகுகள் முறியும்') இத்தொகுப்பிலேயே இடம்பெற்றிருக்கிறது. அவை நாற்பதாண்டுகளுக்குப் பின்பும் அதே ஒளியை தக்க வைத்திருக்கின்றன. இந்த அளவுக்கே கவனிக்கப்பட்டிருக்க வேண்டிய கதை 'தனிமையெனும் இருட்டு'. கணவன் அமையும் முன் அவள் முன்னிருக்கும் தனிமைதான், மணமான பின்பும் வாய்க்கிறது. பெண்ணின் அபிலாஷைகள், ஏக்கங்கள் எதையும் புரிந்துகொள்ளாதவனால் அவள் தனக்கேயான உலகை கற்பனையில் உருவாக்கிக்கொள்கிறாள். மாறுபட்ட இரு மனநிலைகளை பாசாங்குகள் ஏதுமின்றி ஜோடனைக்கான வாய்ப்புகள் இருந்தும் நீட்டி முழக்காமல் சரியாகச் சொல்லப்பட்ட ஆக்கம் இது. எழுபதுகளையொட்டிய காலகட்டத்துக்கேயுரிய திக்கில்லாத இளைஞர்களைக் குறித்த சில கதைகளும் இத்தொகுப்பில் உண்டு. போர் மூலம் உருவாகும் இழப்புகளை அவலங்களை ஒரு தாயின் வழி சொல்லிச் செல்லும் 'சூரியன்' சிறுகதை அளிக்கும்

வாசிப்பை அசை போடுகையில் அது மொழிபெயர்ப்புக் கதை போலவே இருந்ததை உணர்ந்தேன். பசியின் உக்கிரத்தை வேற்று நிலத்தைப் பின்னணியாகக் கொண்டு படைக்கப்பட்டிருக்கும் 'வல்லூறுகள்' உள்ளே கனன்று கொண்டிருக்கும் கோபத்தின் வெளிப்பாடாகவே கொள்ள முடிந்ததே அன்றி வேறு எதையும் தோன்றுவிக்கவில்லை. 'சக்கர நாற்காலி' போன்ற கதைகளிலும் வேறு சிலவற்றிலும் இடம்பெற்றிருக்கும் ஆண் பெண் உரையாடல் களை அன்றைய காலகட்டத்தில் முதன்முறையாக வாசிக்க நேர்ந்தவர்களுக்கு (ஜெயகாந்தன் மற்றும் ஜானகிராமனின் கதைகளில் இத்தகு உரையாடல்கள் இடம் பெற்றிருந்தாலும் அம்பையின் உலகில் அவை மேலும் கூர்மைபெற்றிருக்கின்றன) பழக்கமின்மையின் விளைவாக அதிர்ச்சியும் அதை இயல்பாக ஏற்க தயக்கமும் இருந்திருக்கக்கூடும். மேலும் இத்தொகுப்பு கதைகளுக்குள் கொந்தளிப்பும் கோபமும் அடியோட்டமாக எளிதில் புலப்படாதவாறு கலந்து கிடக்கிறது.

பனிரெண்டு வருட இடைவெளிக்குப் பின்பு சூழலில் அம்பையை ஆளுமையாக நிலைநிறுத்திய தொகுப்பாக வெளிவந்தது 'வீட்டின் மூலையில் ஒரு சமையலறை'. பரிசோதனை முயற்சிகளும் ஒரு கதை போல இன்னொரு கதை இல்லாமல் எழுதப்பட்ட கதைகளுமான தொகுதி இது. இதன் முதல் கதையான 'வெளிப்பாடு'வில் நெய்யப்பட்ட இழைகளின் தொடர்ச்சியை அவரது பிந்தைய தொகுப்பு கதைகளிலும் காண முடிகிறது. பனிரெண்டு வருட இடைவெளியில் அம்பை யின் மொழி இறுக்கமான ஒன்றாக ஆகிவிட்டிருக்கிறது. வடிவம் சார்ந்த பிரக்ஞை மாறுதல் அடைந்திருக்கிறது. நவீனத்துவத் தின் பாதிப்பை பெருமளவில் கொண்டிருக்கிறது. (*'சக்கர நாற்காலி' படிச்சிட்டு 'புனர்'படிச்சீங்கன்னா அதுலயும் இந்த மொழி மாற்றத்த உணரலாம். வாழ்க்கை மாற மாற மொழி மாறிண்டே வருது. மொழி வாழ்க்கையோட ரொம்ப இணைஞ்ச ஒண்ணுன்னு நெனைக்கிறேன். இந்த அனுபவங்கள் ஏற்பட்டிருக்கு; அத இன்ன மாதிரி மொழியில சொல்லணும்னு நாம நினைக்கிறதுக்கு முன்னாடியே நம்ம மொழி மாறிடுது.*) ஒரு சொல்லும் அதிகமில்லாத கச்சிதம் மற்றும் கதைசொல்லியின் நோக்கு கூர்மையாகியிருப்பதைக் கண்டு கொள்ள முடிகிறது. தொகுப்பின் தலைப்புக் கதையான 'வீட்டின் மூலையில் ஒரு சமையலறை' மிக நல்ல தமிழ்ச் சிறுகதைகளுள் ஒன்று. ஒரு கதையின் கரு மனதில் முகிழ்த்ததும் தோன்றும் உடனடி ஆர்வத்தாலும் பரபரப்பாலும் ஆன கதைகள் அல்ல இவை. இதில் மிகப்பல கதைகளும் அக்கரு சிறுகதைக்கான தகுதியை அடையும்வரை காத்திருந்து எழுதப்பட்டவை என யூகமாக

அல்ல உறுதியாக சொல்லத் தோன்றுகிறது. யதார்த்தத்தை மீறிச் செல்லும் தன்மையைக் கொண்டது 'ஒரு கட்டுக்கதை'. முன்னோடிகளான புதுமைப்பித்தனும் (கட்டில் சிரிக்கிறது, காஞ்சனை) தி. ஜானகிராமனும் (எருமைப்பொங்கல்) இப்படியான புனைவுகளை எழுதியிருப்பதால் அவர்களுக்கு பிந்தைய தலைமுறையான அம்பை இதை எவ்வாறு கைகொள்கிறார் என ஆர்வம் மிகுவது இயல்பே. பன்றியோடு நிகழும் சம்பாஷணையை பின்னணியாகக் கொண்ட கதை இது. ஆனால் இதில் சிறுகதைக்கான கூறுகளை விடவும் நாடகப்பிரதிக்கான அம்சங்களே அதிகமாக இருக்கின்றன. பன்றிக்கும் அவளுக்கும் நிகழும் உரையாடல்கள், குறுக்கீடுகள், தர்க்கங்கள் போன்றவற்றை குறியீடாகக்கொள்ள முடியும் என்றாலும் சிறுகதையாகக் கருத இயலவில்லை. இப்போதுள்ள சமகால பிரச்சனைகளை உள் இணைத்து நல்ல நாடகமாக ஆக்கிவிடக்கூடிய சாத்தியங்களை இன்றும் கதை கொண்டிருக்கிறது. போராட்டங்களிலும் களப்பணிகளிலும் ஈடுபடும் பெண்களைப் பற்றியது 'கறுப்புக் குதிரைச் சதுரங்கம்'. சிறுவயது முதலே மார்க்சியம் கேட்டு வளர்ந்த ரோஸா ஒரு கட்டத்தில் காவலர்களால் பாலியல் வல்லூறுக்கு ஆளாக்கப்படுகிறாள். அதை எதிர்த்து நின்று நீதிக்கான வாயில்களை நோக்கி கைகளை உயர்த்தும் பெண்களால் ஆனது இப்புனைகதை. இது எழுப்பும் கேள்விகள் இன்றும் மங்கிவிடவில்லை. ஆனால் கருத்துக்களைச் சொல்வதிலுள்ள முனைப்பும் நிலைப்பாடுகளை வலியுறுத்துவதில் காட்டிய சிரத்தையும் கூடுதலாக ஆகிவிட்டதால் கதை சேர வேண்டிய இலக்கை அடையும் முன்பே வேறு பக்கம் திரும்பிவிட்டது. அம்பையின் கதைகள் அவ்வப்போது சந்திக்கும் விபத்து இது. மிகச் சிறிய கதையான 'மஞ்சள் மீனி'ல் அவளது கடந்த காலத் துயரைச் சிக்கனமான மொழியில் கூறி விட்டு உயிருக்காகத் துள்ளி மறியும் மீனைக் கடலுக்குள் போடச் சொல்வதினூடாக மனம் நகரும் புள்ளியை இரண்டாம் வாசிப்பில் நெருங்கிவிட முடியும். அவளது துயரின் மீது மிகையுணர்ச்சி நாடகத்தை ஏற்றாமல் ஆனால் சொல்லாமல் விடப்பட்ட அர்த்தங்களை நோக்கி நகரும் இக்கதை குறிப்பிடத்தக்க கதைகளுள் ஒன்றாகும். வித்தியாசமான கூறுமுறையின் ஊடாக எழுதப்பட்டிருக்கும் 'புனர்' ஆண், பெண் சார்ந்து உலகு உண்டாக்கி வைத்திருக்கும் கற்பிதங்கள் மற்றும் நடைமுறைகள் மீது விமர்சனத்தை நேரடியாக முன் வைக்கிறது. தன்னியல்பாகவும் கதைசொல்லியின் குறுக்கிட்டிலும் படைப்பு நகர்ந்து செல்லும்போது சட்டென சில வரிகளில் ஆழத்துக்கு – அந்தக் கதாபாத்திரத்தின் ஆழத்திற்கல்ல, கதையின் ஆழத்திற்கு – அம்பை சென்றுவிடுகிறார்.

“இரவில் அவள் கையை எடுத்து முகத்தில் வைத்துக் கொண்டாள். சோற்று மணம் அடித்தது. பல யுகங்களின் சோற்று மணம்.” (வெளிப்பாடு),

“சட்டென்று அவளுடைய தேன் நிறமுடியைப் பார்த்தாள் பாகீரதி. கற்றை கற்றையான நரை. சிறைக்கு வெளியே காத்து நின்ற அவளுடைய அம்மாவானாள் பாகீரதி” (வயது),

“என்னை வழியனுப்புகிற ‘பிதாயி’ன் போது என் அம்மா சொன்னாள் ...’ சமையலறையை ஆக்ரமித்துக்கொள். அலங்காரம் செய்துகொள்ள மறக்காதே . . . இரண்டும்தான் உன் பலம். அதிலிருந்துதான் அதிகாரம்.”

“சமையலறை, நகைகள், குழந்தைகள், பப்பாஜி எல்லா வற்றையும் துறந்த நீங்கள். அறுபட்ட நீங்கள். வெறும் கேஸர்பாயி. கேஸர்பாயி மட்டுமே. அங்கிருந்துதான் பலம். அதிகாரம்.” (வீட்டின் மூலையில் ஒரு சமையலறை).

மேலும் பனிரெண்டு ஆண்டுகள் கழித்து வெளிவந்தது கணிசமான எண்ணிக்கையிலான கதைகளைக் கொண்ட ‘காட்டில் ஒரு மான்’ தொகுப்பு. அம்பையின் படைப்பாக்கத்தில் மாற்றங்கள் அதிகம் நிகழந்த காலகட்டம் இதுவென்றே கொள்ள வேண்டும். இதன் பின் வந்த ‘வற்றும் ஏரியின் மீன்கள்’, ‘ஒரு கறுப்புச் சிலந்தியுடன் ஓர் இரவு’ தொகுப்புகளில் இதன் தொடர்ச்சியைக் காணலாம். மொழியில் முன்னிருந்த இறுக்கம் தளர்ந்து சரளமான ஆனால் தனித்தன்மையை இழக்காத நடையை பெற்றிருக்கிறது. பட்டும்படாமல் அல்லது குறைவாக பயின்று வந்தவைகள் இதன் பின் துலக்கம் கொண்டிருக்கின்றன. பயணங்களால் ஆனது இந்த மூன்று தொகுப்புகளின் கதையுலகம். *(“எது கதை, எது வாழ்க்கை, எங்கே கதை முடிந்து வாழ்க்கை தொடங்குகிறது. எங்கே வாழ்க்கை முடிந்து கதை தொடங்குகிறது என்னும் அல்லாடலில் தான் எழுத்து நேர்கிறது. அது ஓர் நேர்வு தான். திடீரென வியப்பில் ஆழ்த்திவிடும் நேர்வு. இழுத்துப் பிடித்து வைத்துக்கொள்ள முடியாத நேர்வு”)* பெரும்பாலும் பேருந்துகளிலும் ரயில்களிலும் நிகழும் பயணங்கள் இவை. அந்தப் பயணங்களின் சில தருணங்களை அனுபவங்களை நித்தியமாக கதைகளுக்குள் நிலைபெறச் செய்துவிடுகிறார் அம்பை. பயணங்களையொட்டி இவ்வளவு கதைகளை எழுதிய படைப்பாளி தமிழில் அம்பையாகவே இருக்கக்கூடும். சராசரி யான, தினுசான, திகைக்க வைக்கிற, அதிர்ச்சி தருகிற, நெகிழச் செய்கிற மனிதர்களின் அறிமுகங்கள் இந்த பயணங்களில் நிகழ்கின்றன. கதைசொல்லிக்கும் அவர்களுக்குமான உறவு

தொண்ணூற்றுச் சதவீத கதைகளில் பயண நேரத்திற்குள் முடிந்துவிடக்கூடியது. அந்த வெவ்வேறு மனிதர்களின் வாழ்க்கைக்குள்ளிருக்கும் சிறுதுளிகளால் ஆனவை இக்கதைகள். அந்த சிறுதுளிகளும் சில வேளைகளில் சமுத்திரங்களாக ஆகி ஓயாமல் அலையடிக்கின்றன. இவற்றில் மிகப்பலவும் பிசிறு தட்டாத மொழியில் தன்னிலையில் எழுதப்பட்டவை. மேலும் 'பயணம்' என பொதுத் தலைப்பில் நிறைய சிறுகதைகளை நிரல் படுத்தியிருப்பது பொருந்தவில்லை. ஏனெனில் அக்கதைகள் அளிக்கும் வாசிப்பு, வேறு தலைப்புகளை இட்டிக்கலாம் என்ற எண்ணத்தையே தோன்றுவிக்கிறது. தலைப்பை வரிசை எண்ணோடு நினைவு வைத்திருப்பதிலும் எங்கேனும் சுட்ட முயல்வதிலும் இது சிரமத்தையே அளிக்கும். இதைக் குறையாகச் சொல்ல முயன்றாலும் வேறு வாசிப்பில் இதற்குள் இருக்கும் அரசியலைப் புரிந்துகொள்ளலாம். இவை எதுவும் நான்கு சுவர்களுக்குள் நிகழ்வதில்லை. கூரையில்லாத இடங்களின் வெளியில் நடக்கின்றன. பெண்ணை கட்டுப்படுத்தியதில் பிரதானமான பங்கு குடும்ப அமைப்புக்கு உண்டு. அதன் வேறு வடிவமே இந்த பயணங்கள். மறுத்தவைகளையே வாகனமாக ஆக்கிக்கொள்ளும் பிரக்ஞையின் செயல்பாடு இதுவென்றும் அர்த்தப்படுத்திக்கொள்ளலாம்.

எக்காலத்திலும் கிளாசிக் எனக் கருததக்கக் கதை 'காட்டில் ஒரு மான்'. தன் கணவரின் குழந்தைகளுக்கும் பிறருக்கும் ஒரு கதையின் ஊடாக பூப்படையாத தன் வாழ்க்கையின் மனவேதனைகளை ரணங்களை மிருதுவான குரலில் சொல்லும் தங்கம் அத்தையின் அடக்கப்பட்ட கண்ணீரின் ஈரம் மட்டுமல்ல, சமத்காரம் இல்லாத இயல்பான முடிப்பும் சேர்ந்து இக்கதைக்கு நித்தியத்துவத்தை நல்கியிருக்கின்றன. இது போன்று முக்கியத்துவம் கொண்ட சற்றே பெரிய கதை 'வற்றும் ஏறியும் மீன்கள்'.

படைப்பாளிகளின் – குறிப்பாக– தேர்ந்த கதைசொல்லிகளின் முக்கியமான கூறுகளுள் ஒன்று கண் முன் நிகழ்வது போல காட்சியைச் சித்தரித்துக் காட்டுவது. அம்பை கதை நிகழும் களத்தின் தோற்றத்தை ஒரு சில வரிகளில் காட்சியாகத் தீட்டிக் காட்டிவிடுகிறார். அது போலவே பொருட்களின் அமைப்பு குறித்த விவரிப்பிலும் அதிலுள்ள தேர்விலும் கூடுதல் பரிணாமத்தை உண்டாக்குகிறார். அவரது நறுக்குத் தெறித்தாற் போன்ற சொற்களில் பாத்திரத்தின் தோற்றம் மனதில் எழுகிறது. *('முகம் முழுவதும் நண்டுகள் நடந்த மணற்பரப்பு போல் சுருக்கங்கள்'— புலரி)* 'பயணங்களில்' வந்து மறையும் முகங்களை மீளவும் அசை போட இயல்வது இதனால்தான். இந்தக் கதைகளில் கதைசொல்லி சிறுமியாக மாணவியாக களப்பணியாளராக

வளர்ந்த மகளாக மத்திம வயதை உடையவளாக 'மௌஸிஜி'யாக 'தீதி'யாக பல வயதுகளில் வருகிறாள். தான் வளர்க்கும் குரங்குக்கு பிடிக்காதென்பதற்காக ஹம்சத்வனியையே இசைக்க மறுக்கும் விளம்பர பட இசையமைப்பாளர் (பயணம் 8) நூறு ரூபாய் கட்டணத்தில் திருப்தி அளிப்பதாகச் சொல்லி அட்டையை தரும் ஆண் விபச்சாரகன் (பயணம் 9) மருமகளின் நிலைக்காக குடிகார மகனையும் தன் கணவனையும் வீட்டை விட்டு வெளியேறச் சொல்லும் ஸாசுமா (பயணம் 7) தன் மாமனாரின் கருவை வெள்ளந்தியான கணவனுக்காகச் சுமக்கும் பெண் (பயணம் 4) என அவை நீண்டபடியே செல்கின்றன. இவற்றுள் சாதாரணமான தளத்தில் நின்றுவிட்ட, படைப்பாளியின் ஆசையின் பேரில் மட்டுமே சிறுகதையாக கருதத்தக்க கதைகளும் கலந்து கிடக் கின்றன. இத்தகு கதைகளுக்கு கதைகளின் எண்ணிக்கையைக் கூட்டிவிட்டன என்பதன்றி வேறு இடமேதுமில்லை.

இலக்கியத்தின் மூலம் அதன் கலைவடிவமொன்றின் துணையுடன் ஒன்றை உணர்ந்துக்கொள்வதற்கும் வரலாற்றிலிருந்து அவற்றை அறிந்து கொள்வதற்கும் பாரதூர இடைவெளி இருந்து கொண்டிருக்கிறது. ஏனெனில் திரிபுகளையும் அதிகாரத்திற்கு தோதானவைகளையும் 'உண்மைகளா'க கிருமிநீக்கம் செய்யப் பட்டவைகளாக உள்ள வரலாறுகளை பாடங்களாக கருத வற்புறுத்தப்படும் சூழலில் இலக்கியம் அந்த தடித்த புத்தகங்களை ஊடுருவுகிறது. இதற்கு மகத்தான உதாரணம் சதத் ஹசன் மான்ட்டோ. பிரிவினையின் போது நடந்தவைகளை ஓரோர் தரப்பும் தங்கள் பக்கத்துக்குரிய நியாயங்களை மட்டுமே எடுத்துரைத்து நிறுவ முயல்கையில் அவரது படைப்புகள் அன்று நிகழ்ந்த படுகொலைகளை கற்பழிப்புகளை அவலங்களை பாதகங்களை அதே தீவிரத்தோடு அவற்றின் ரத்தம் உலராமல் இன்றும் வைத்திருக்கின்றன. அந்த ரத்தக் கறைகளை மறைக்கவோ கழுவிச் சுத்தம் செய்யவோ எந்த திரிபு வரலாற்றாலும் இயலாது. ஒரு ஆக்கம் எவ்வாறு ஒரே சமயத்தில் இலக்கியமாகவும் வரலாற்று ஆவணமாகவும் இருக்க முடியும் என்பதற்கு சான்று மான்ட்டோவின் படைப்புகள்.

அது போலவே மும்பாயின் நிறம் மெல்ல காவிமயமாக ஆனதை ராமன் பூதாகரமான பிம்பமாக ஆக்கப்பட்டதை சதுர்த்தி ஒரு மதத்தின் பேரடையாளமாக மாறியதை அம்பை வேறு வேறு காலகட்டங்களில் எழுதிய சிறுகதைகளின் ஊடாக அந்தக் காலமாற்றத்தின் அதிர்ச்சிகளை மனதில் நிலைநிறுத்திச் செல்கிறார். மனிதம் என்பதை போதித்த அத்தை பின்னொரு நாளில் பஜனைத் தோழிகளோடு தட்டாமாலை ஆடுகிறாள். அப்போது *"மேலிருந்து வந்த அழைப்புக்கு மாடியை*

நோக்கி பார்த்தபோது அவை அத்தையின் கண்கள் அல்ல, மங்கி வரும் அந்தி வெளிச்சத்தின் தெரு விளக்கின் மஞ்சள் ஒளியில் அவை ஓநாயின் கண்கள் போலவே ஒளிர்ந்தன" (ஓர் இயக்கம், ஒரு கோப்பு, சில கண்ணீர் துளிகள்). லுங்கி அணிந்த தாடிக்கார பெரியவரை (முஸ்லீம் . . !) பிளாட்பார தண்டவாளத்தின் இடையே பலர் கண்முன் நிர்வாணமாக்கி சிதைக்க தொடங்கியதும் 'நீண்ட ஓலமாய்' அவரிடமிருந்து எழும் "பசாவ்... பசாவ்..." என்ற கூக்குரல் மதவெறிக்கு இரையான பல நூறு மனிதர்களின் நினைவை எழுப்புகிறது (பயணம் 6). காலை நடையில் எதிர்படுபவர்கள் 'ஜெய்ராம்ஜிகி' என்று கூறும் முகமன், பாபர் மசூதி இடிப்புக்குப் பின் 'ஜெய் ஸ்ரீராம்' என முழக்கமிடுவது போல் சிலரால் கூறப்படுகிறது (திக்கு). தையல் காரர் மோஹன்லால் தன் பால்யகால சகியான ஜமீலாவை மணமுடித்து ஊர் மத கும்பலால் விரட்டப்பட்டு ஒண்டிய வீடுகளிடையே குடிபுகுந்தவர். 2002 கலவரம் பற்றி தன்னிடம் யாரும் பேசக்கூடாது என்ற நிபந்தனை கொண்டவர். கொடுத்த துணியை வாங்க மறுமுறை செல்கையில் புகைப்படமாகத் தொங்குகிறார். 'துரோகி' என சத்தமிட்டு ரயிலின் முன் தள்ளிவிடப் பட்டதாக சிலர் சொல்கிறார்கள். தள்ளிவிட்டது இந்துவா முஸ்லீமா என தெரியவில்லை என்று போகிறது கதை (பயணம் 20). சதுர்த்தியின் ஆர்ப்பாட்டத்துக்குப் பிந்தைய நாட்களில் பிள்ளையாரின் கோலம் அடையும் மாற்றத்தை இயல்பும் விமர்சனமும் கூடிய சொற்களின் கூறும் கதை 'கடற்கரையில் ஒரு காவிப்பிள்ளையார்'. கரையில் மல்லாந்து கிடக்கும் பிள்ளையாரை மீனவன் ஜோசப் படகில் போட்டுக்கொண்டு கடலுக்குள் செல்கிறான். அதைக் காணும் சிறுமி *"அந்த சாமிக்குள்ள இருக்கிற கம்பி இல்ல கம்பி அது மீனோட வாயைக் கிழிச்சிடும். வாயெல்லாம் ரத்தமா, வயிறெல்லாம் ரத்தமா வர மாதிரி மீனைக் கீறி விட்டுடும். அப்புறம்... அப்புறம்... அந்த பிளாஸ்டிக் பையைச் சாப்பிட்டா மீன் செத்துடும். தண்ணில மொதக்கும் . . ."* என்கிறாள். நகரமும் அதன் மனிதர்களும் சூழலும் அடையும் மாற்றங்களை வாசகர் முன் கட்டி எழுப்பும் இது போன்ற படைப்புகள் இலக்கிய பிரதியாக மட்டுமல்லாமல் ஒரு விதத்தில் ஆவணமாகவும் கருதத் தக்கதாகும். தன் வீட்டைக் கோபித்துக் கொண்டு டில்லிக்கு ரயில் ஏறிய நீர்ஜாவிடம் "பெண்களுக்கு எந்த விதத்திலும் பாதுகாப்பு தராத டில்லியை'யொட்டி தனக்கு நேர்ந்த கிலி பிடிக்க வைக்கும் அனுபவங்களைச் சொல்கிறாள் கதைசொல்லி. திரும்பி ஊருக்கே போய்விடச் சொல்கிறாள். அப்படியும் நீர்ஜா பேதை போல இறங்குவதைக் கண்கிறாள். அடிவயிறு ஜில்லிட்டது, டில்லிக் குளிரினால் அல்ல என முடிகிறது கதை. இன்றும் அந்த நிலைமையில் சிறிதளவுகூட

மாற்றமடையவில்லை என்பதற்கு ரத்த உதாரணம் நம்மிடம் உண்டு (பயணம்–17). இந்த கதைகள் எந்த ஆண்டு எழுதப்பட்டன என்ற விபரம் ஏதுமில்லை. அவற்றைக் குறித்திருக்க வேண்டும்.

ஒரு படைப்பாளியின் ஆக்கத்திற்குள் அவர்களது சொந்த வாழ்க்கையில் நிகழ்தேறியவைகள் ஊடும்பாவுமாக கலந்திருக்கும். ஒருவனது / ஒருவளது இருபது வயதுக்குட்பட்ட வாழ்க்கையே அவனது / ளது ஆளுமையின் பிரதானமான பங்களிப்பை அளிக்கும் என்பதால் அவை கூடுதலாகவே வெவ்வேறான நிறங்களிலும் தொனிகளிலும் படைப்பிற்குள் பயின்றுவரும். ஏனெனில் தேடிச்சென்றோ தானாகவோ வந்தடைந்தவை அல்ல இவை, விரும்பியோ விரும்பாமலோ அதற்கு ஆட்பட்ட அனுபவங்கள். அம்பை என்னும் கதைசொல்லியின் வாழ்க்கையிலிருந்து அவரது மாறுபட்ட வயதுகளின் அனுபவகளின் இழைகளால் பின்னப்பட்ட கதைகள் அவரது புனைக்கதை பரப்பில் காணக்கிடைக்கின்றன. அவர் உருவாகி வந்த சித்திரம் சிலவற்றில் நேரடியாகவும் மற்ற சிலவற்றில் மறைமுகமாவும் கலந்து கிடக்கிறது. தேர்ந்த கதைசொல்லிகளின் உலகின் கடந்த காலத்தின் துல்லியமான காட்சிகள் தொடர்ந்து வருவது தவிர்க்க முடியாத அம்சம் போலும். அம்மாவுக்கு தான் குழந்தையாக இருந்தது முதல் அந்த அம்மா தனக்கு குழந்தையாக ஆனது வரையிலான வளர்சிதை மாற்றங்களை ஒற்றைக் கதையாக அல்லாமல் பல கதைகளின் ஊடாக கூறிச் செல்கிறார். வாசிப்பு முடிந்ததும் அதைத் தொகுத்துக் புரிந்துகொள்ளும் போது இந்த அம்சம் சட்டென கவனத்துக்கு வருகிறது. கதைசொல்லியின் வாழ்க்கைக்குள் அம்மா வகித்த பங்கிற்கும் (ரயில் சென்னைக்கருகில் வந்தவுடன் காதில் *"லஷ்மியின் கனவெல்லாம் நனவாகப் போகுது"* என்று சொன்ன அதே அம்மா) கதையுலகில் அம்மாவுக்கிருக்கிற இடத்திற்கும் பெரிய வித்தியாசம் ஏதுமில்லை என்றே தோன்றுகிறது. அணையாச் சுடர் போல கதையின் பக்கங்களில் சமீபத் தொகுப்பு வரைக்கும் அம்மா ஒளிவீசியபடியே இருக்கிறாள். மாறாக அப்பாவின் பாத்திரவார்ப்பில் பெரும்பாலும் பாதகமான அம்சங்களையே கண்ணுற முடிகிறது (விதிவிலக்கு – பயணம் 11). இவையிரண்டுக்கும் சான்றுகளாக கதையை அடுக்கினால் அதைத் தேடிச் செல்பவர்கள் அந்தச் சிறுகதைகளுக்குள் இறங்காமல் இதைக் கண்ணாமூச்சி விளையாட்டாகக் கருதி அதிலேயே திருப்தி பட்டுத் திரும்பக்கூடும் என்பதால் தவிர்த்திருக்கிறேன்.

அம்பையின் படைப்புலகில் பெண்களே அதிகமும் நிரம்பியிருக்கிறார்கள். அப்படியானால் ஆண்கள் எழுதும் கதைகளில் ஆண்கள் தான் நிரம்பியிருக்கிறார்களா? என

அம்பை கேட்கக்கூடும். கூற விழைவது அதுவல்ல. பிரதானமான பாத்திரம், ஆளுமையாக உருவாகக்கூடிய வார்ப்பு பெரும்பாலும் பெண்களுக்கே அமைந்திருக்கிறது என்பதையே. இந்த நிகழ்வு அதுவரை குறைவாகவே இலக்கியத்திற்குள் நிகழந்து வந்தது. அம்பையின் பிரவேசம் பழைய மதிப்பீடுகளை விமர்சித்தபடியே பெண்களை கதையுலகின் காரணிகளாக மாற்றியமைத்தது. பெண் எழுத்து என்னும் வகைப்பாட்டை அவர் ஏற்க மறுத்தாலும் *("நான் எப்போதுமே 'பெண் எழுத்தாளரா' அடையாளம் காணப்படுவதை விரும்பல")* அதன் முதல் வெற்றிகரமான தொடக்கப்புள்ளி அம்பையே. *"ஒரு ஆண் ஆணைப் பத்தி எழுதினா அது வாழ்க்கையைப் பத்தினதா ஆயிடுது. ஆனா ஒரு பெண் பெண்ணப் பத்தி எழுதினா ஏன் 'பெண் எழுத்து'ன்னு சொல்றீங்க"* என்று கூறும் அம்பையின் கூற்றை, *"பெண்ணாக வாழ்வதால், பெண் என்ற நிலையிலிருந்து உலகை எதிர்கொள்ள நேர்வதால் ஒரு வித மொழி, ஒரு வித வெளிப்பாடு உருவாகலாம். அது உடல் சார்ந்தது அல்ல. உடல் பற்றிய பட்டுணர்வைச் சார்ந்தது. உடல் சமுதாயத்தில் ஆக்கிரமிக்கும் இடத்தைச் சார்ந்தது. காலம், சரித்திரம் இவற்றால் தொடப்படாத உடல் இல்லை. ஒற்றை விளக்கம் உள்ள உடல் இல்லை பெண் உடல். பெண் உடலை மறுவாசிப்பு செய்வதும் அவரவர் பட்டுணர்வை ஒட்டியே இருக்கும். பல்லாயிர யோனிகளிலிருந்து வந்தவள் நான் என்று அக்கமகாதேவி கூறும்போது, பல்லாயிரப் பிறவிகளை மட்டுமல்ல பல்லாயிர உடல்களுக்கு அவர் அர்த்தமூட்டுகிறார். யோனி என்பது ஒரு ஜனனத் துளை மட்டுமல்ல பல்வேறு சரித்திர கால கட்டங்களில் பல அர்த்தங்களைப் பெறும் ஓர் அங்கம். உடலை அதன் விளக்கங்கள், குறுகல்கள், இலக்கணங்கள் இவற்றிலிருந்து வெளியே எடுத்து ஒரு வெளியாக்கி, அதன் மேல் நின்று எழுதும் போது வரும் இலக்கியம் எல்லாவித அடிப்படையையும் மீறியதாக இருக்கும். உடலை ஓர் இயற்கைக் காட்சியாகத் தீட்டி அதை விஸ்தரிப்பதுதான் அதன் லட்சக்கணக்கான அர்த்தங் களையும் அழகுகளையும் மட்டுமல்ல அவலங்களையும் வெளிக் கொண்டுவரும்"* என்னும் கூற்றோடு சேர்த்தே வாசித்துப் புரிந்து கொள்ள வேண்டும். தன் உடலை அறிவது, புரிந்துகொள்ள முயல்வது, அதைக் கடக்க எத்தனிப்பது, அதனூடாக தன் சுயத்தைக் கண்டடைவது என்பது போன்றவற்றை நேர்த்தியான கதைகளாக ஆக்கியிருக்கிறார். கைலாசம், நிலவைத் தின்னும் பெண், அம்மா ஒரு கொலை செய்தாள் ஆகிய கதைகளை வாசிக்கையில் இதை ஆண் எழுத்தாளன் எவ்வாறு தன் படைப்புலகில் கையாண்டிருப்பான் என்னும் யோசனை ஓடியது. மற்றொன்று இக்கதையுலகினுள் பெண்களின் உறவுகளுக்கும் நிகழும் அபாரமான இசைமை. இல்லாத ஒன்றை இருப்பதாகக்

காட்டும் பாவனையாக இல்லாமல் இது தாளலயத்தோடு வெளிப்பட்டிருக்கிறது. அந்தகாரம் கவியாத இந்த உறவுகள் அக்கதைக்கு துறுத்தலாகவோ சம்பிரதாயமாகவோ இன்றி இயற்கையாகவே அமையப் பெற்றிருக்கிறது. தீமையின் முகமாக உள்ள பெண்கள் அம்பையின் படைப்புலகில் மிகக்குறைவு. அவர்களும் நானாவித கோணல்களை உடையவர்களே. அவ்வாறான பக்கத்தை எழுதுவதை (சில விதிவிலக்குகள் நீங்கலாக) அம்பை தவிர்த்திருக்க வேண்டியதில்லை.

இந்த கதைகளின் கூடவே வந்து கொண்டிருக்கும் சங்கீதம் அலாதியான உணர்வைத் தருகிறது. அந்தந்த தருணங்களில் இசை மனதிற்கு உள்ளேயும் வெளியேயும் நிகழ்த்தும் உணர்ச்சி களை ரூபமும் அரூபமும் கலந்த சொற்களில் அம்பை தன் கதைவெளியிலிருந்து எழுப்பிக் காட்டுகிறார். ஹிந்துஸ்தானியும் கர்நாடக சங்கீதமும் அதன் பாடல் வரிகளும் பாடகர்களும் இவ்வுலகினுள் வந்து இருந்து கடந்து செல்கிறார்கள். தி. ஜானகி ராமனுக்குப் பின் வந்த தலைமுறையில் இசை சார்ந்த உலகம் மேலெழுந்து வருவது அம்பையிடமாக மட்டுமே இருக்கக்கூடும். இதன் வேறொரு தொடர்ச்சியை யுவன் சந்திரசேகரின் ஆக்கங் களில் காணலாம்.

சில வருடங்களுக்கு முன் எழுத்தாள நண்பரிடம் "பெண்களின் மன உலகை இலக்கியத்திற்குள் நுட்பமாகவும் ஆழமாகவும் கொண்டு வந்தவர் தி. ஜானகிராமன்தான்" என்றேன். அவர் சற்றும் தாமதிக்காமல் "அதைச் சொல்ல வேண்டியது நீங்கள் அல்ல, பெண்கள்தான்" என்றார். ஆமாம் என மனதிற்குள் சொல்லிக்கொண்டேன். தமிழில் அதுவரை வந்துள்ள பெண் பாத்திரங்களை பற்றிக் கூறும்போது (ஜானகிராமன், லா.ச.ரா, அசோகமித்திரன், வண்ண நிலவன் என வரிசையாக மதிப்பிடும் போது) அம்பையின் மொழியிலுள்ள கறார்தனம் அதே கால கட்டத்தில் எழுதிக்கொண்டிருந்த பெண் எழுத்தாளர்களின் கதைகளை குறித்துச் சொல்கையில் சார்புநிலையை எடுத்து விடுகிறது. அந்த தராசு தாழ்கிறது. அம்பையின் முந்தைய மற்றும் ஆர்.சூடாமணி முதலான சமகால பெண் எழுத்தாளர்களின் ஆக்கங்களில் பெரும்பாலும் அன்றைய மதிப்பீடுகளை ஒட்டி ஒழுகும் தன்மையை தான் காண முடிகிறதே அன்றி புதிய வீச்சாக வெளி வந்த படைப்பு மிகக்குறைவு அல்லது அநேகமாக இல்லை. இவர்களது எழுத்தின் எல்லைகளும் வரையறைக்குட்பட்டவையே. மேலும் பெண்ணிய நோக்கு என்ற அடையாளம் இல்லாமலேயே தன்னளவில் கதையாக பரிணமிக்கக்கூடியவை பெருமளவில் அம்பையின் புனைகதைபரப்பில் (மல்லுகட்டு போன்றவை) இருக்கின்றன. "பெண்ணியச் செய்திகளை உரத்துச் சொல்லிக்

கொண்டே இருப்பது ஒரு பெண்ணிய எழுத்தாளர் வேலை அல்ல. வாழ்க்கையில் சில நொடிகளில் வெளிச்சம் பெறும் உணர்வுகள், உறவுச் சிதறல்கள், இயற்கையுடன் தொடர்ந்து ஒன்றியும் விலகியும் வரும் வாழ்க்கை இவை எல்லாமும் மொழியும், எழுத்தின் தன்மையும். வாழ்க்கையும் மாறும் பதிவுகள் தாம். பெண், ஆண் என்று விளக்கம் பெறும் நபர்களை நான் தொடர்ந்து கேள்விக்குட்படுத்தியவாறு இருக்கிறேன். எல்லாவித எல்லை மீறல்களும் சாத்தியம் என்று சொல்ல நினைக்கிறேன். வரையறைகளை அழித்துக்கொண்டே இருக்க வேண்டும் என்று கருதுகிறேன்."

புராண நிகழ்வுகளை மறுவாசிப்புக்கு உட்படுத்துவது அதன் நாயகர்களுக்கு வழங்கிவந்த பிம்பங்களுக்கு முன் கேள்விக்குறியைக் கொண்டு வந்து நிறுத்துவது புனைகதைகளில் ஆரம்பம் முதல்கொண்டே இருந்துவந்துள்ளது. சிறந்த உதாரணம் புதுமைப்பித்தனின் 'அகலிகை'. கடவுளர்கள் மண்ணுலகிறகு வருவதும் புதிதல்ல. பு.பியின் 'கந்தசாமி பிள்ளை' கடவுளிடம் பத்திரிகைக்கு சந்தா கேட்டதை எவ்வாறு மறக்க இயலும்?(கடவுளும் கந்தசாமிபிள்ளையும்). ந. பிச்சமூர்த்தியின் 'பெரியநாயகி உலா'வில் தன் மக்களைப் பார்க்க கர்ப்பகிரகத்தி லிருந்து தெருவுக்கு வருகிறாள் பெரிய நாயகி. பு.பியிடம் கடவுள் விமர்சனத்திற்குள்ளாக்கப்படும் போது ந.பியின் நாயகிக்கு தான் படைக்காமல் மனிதனே படைத்து அதற்கு அவனே அடித்துக் கொள்ளும் நிலை மீது ஆச்சரியம். அம்பை பின் தொடர்வது புதுமைப்பித்தனின் நிழலை. எழுதப்பட்ட பிரதிக்குள் இருக்கும் அரசியலை நோக்கி கேள்விகளையும் விமர்சனங்களையும் தன் பிரதியினூடாக முன் வைக்கும் அம்பை அதன் வேறொரு பக்கத்தை அதற்கான வாயில்களுடன் சில கதைகளில் திறந்து காட்டுகிறார். ஆதிசேஷன் மீது விஷ்ணு தூங்கும் போது அசோகவனத்தில் கேட்ட வீணையின் காம்போதியை நினைத்துக்கொள்கிறாள் லஷ்மி . . !(திக்கு) ஆதிசேஷனோடு நிகழும் நட்பார்ந்த பேச்சுக்குப் பின் மனமிளகி அவளுக்காக மேலொருமொரு பாம்பு படுக்கைச் செய்து தருகிறது அது. *"விஷ்ணு கண் விழித்தபோது பக்கத்தில் இன்னொரு பாம்பு படுக்கையில் லஷ்மி உடலை ஒடுக்காமல் தாராளமாக படுத்தபடி தூங்கிக்கொண்டிருந்தாள்."* இதிலிருக்கும் எள்ளலைத் தாண்டி இருப்பு சார்ந்து எழுப்பும் கேள்வி கூர்மையானது. நெடுங்கதையான 'அடவி'யில் ராமாயண சீதையின் வாழ்க்கை குறுக்கு வெட்டாக உருவாக்கப்படுகையில் அதன் ஊடே சமகால பெண்ணான செந்திருவின் வாழ்வும் சொல்லப்படுகிறது. அம்பை இந்தப் பிரதியின் வழி படைப்பாளிக்கேயுரிய தனித்துவமிக்க பார்வையிலிருந்து எழுப்பும் வினாக்கள் புதிய அல்லது காணாமல்

விட்ட அர்த்தங்களை அந்தப் பிரதிக்கு அளிக்கிறது. மிக நல்ல வாசிப்பை அளிக்கும் கதைகளுள் ஒன்று இது. அரக்கனும் பெரும்பலமும் வேண்டும் வேடங்களை எடுக்க முடிந்தவனுமான மகிஷன் அவனைக் கொல்ல வந்திருக்கும் பெண் தெய்வமான தேவியின் மீது அடங்காத காதலாலும் இச்சையாலும் தன் போதம் மறந்து போரிட்டு மரணமடையும் 'சோக முடிவுடன் ஒரு காதல் கதை'யையும் இங்கு குறிப்பிட விரும்புகிறேன்.

புலனாய்வு வகைப்பட்ட எழுத்துக்கள் தமிழில் வெகுஜன ரசனை போடும் தீனிகளாகத்தான் இருந்து வந்திருக்கின்றன. வார இதழ்களிலும் தினசரிகளின் விடுமுறை தின இணைப்பு இதழ்களிலும் அவ்வப்போது க்ரைம் புலனாய்வுக் கதைகளும் தொடர்களும் வந்துகொண்டுதான் இருக்கின்றன. ஆனால் தீவிர இலக்கிய உலகில் பிரதானமான முகம் அதற்கில்லை. அம்பை எழுதி வந்த களங்களை விட்டு வேறொரு தளத்தில் எழுதிப் பார்த்திருக்கும் நெடுங்கதையும் சிறுகதைகளையும் கொண்ட சமீப தொகுப்பு 'அந்தேரி மேம்பாலத்தில் ஒரு சந்திப்பு'. பிரைவேட் டிடெக்டிவ் சுதா குப்தா, அவரது உதவியாளார் ஸ்டெல்லா (அது ஏன் பெரும்பான்மையான இத்தகு கதைகளில் டைப்பிஸ்ட், உதவியாளர் பெயர் ஸ்டெல்லா என வைக்கப்படுகிறது . . ? !) வீட்டுப்பணியாளர் செல்லம்மா, இன்ஸ்பெக்டர் கோவிந்த் ஆகிய பாத்திரங்களின் வழி குறிப்பிட்ட பிரச்சனை அல்லது மர்மம் துப்புத்துலக்கப்பட்டு அந்த புதிரின் முடிச்சுகள் அவிழ்ந்து அந்த புகைமூட்டங்கள் விலகுகின்றன. இதிலுள்ள மூன்று ஆக்கங்களிலுமே அம்பையின் சுவடுகள் ஆங்காங்கே தென்பட்டாலும் சுவாரஸ்யம் என்பதைக் கடந்து அவை வாசகருக்கு அளிப்பது எதுவுமில்லை. வித்தியாசமான கதைக்கருவை கையாள வேண்டும் என்னும் ஆர்வத்தின் வெளிப் பாடாகவே இவற்றைக் கருத வேண்டியிருக்கிறது. மூன்றில் 'மைமல் பொழுது' அதன் சொல்முறைக்காக கவனிக்கப்படலாம். மற்றபடி இவை சாதாரண படைப்புகளே. அதே போல் பயணம் என தலைப்புக் கொண்ட கதைகளின் வடிவம் ஒன்று போலவே இருக்கிறது. 'டெம்ளேட்' வடிவத்தில் அந்த தருணங்களை எழுதிய கதைகளாக அவை உள்ளன. அதிலிருந்து வேறு வடிவங்களை நோக்கிய பயணம் சாத்தியமாகவில்லை.

நாவல் பக்கம் நகராமல் சிறுகதைகளை மட்டுமே எழுதிய உரைநடைக்காரர்களின் சற்றே நீண்ட வரிசை தமிழில் உண்டு. அவர்களுள் அம்பையும் ஒருவர். கட்டுரைகளும் தொகுப்பு நூல்களும் வெளிவந்துள்ளன எனினும் அவரது பிரதான கலை வடிவம் சிறுகதைகளே. மனதில் தோன்றும் கருக்களோ/காட்சிகளோ சிறுகதையின் வடிவத்தையே எடுத்துக்

கொண்டு விடுகிறதோ? அல்லது அந்த வடிவத்தின் மீது ஆசிரியருக்குள்ள லயிப்போ? எது காரணமாக இருந்தாலும் சுமார் அரைநூற்றாண்டுகள் ஓர் ஆளுமை சிறுகதை வடிவத்தில் தொடர்ந்து பங்களித்தது / பங்களித்துக் கொண்டிருப்பது சில குறைகளைக் கடந்து அதற்கு வளத்தையே அளித்துள்ளது.

இரண்டாயிரத்துக்கு பிறகு அலையென உருவான பெண் எழுத்தாளர்களின் கலை ஊடகம் கவிதையே. அம்பைக்குப் பின் எழுத வந்த சிறுகதை ஆசிரியர்களில் பெண் படைப்பாளிகளின் பெயர்கள் ஒரு கைவிரல்களின் எண்ணிக்கையைக் கூட எட்டுமா எனத் தெரியவில்லை. இதில் குறிப்பிடத் தக்க முக்கியமான படைப்பாளி உமா மகேஸ்வரி. பெரும்பாலான படைப்பாளிகள் ஏன் கவிதைக்குப் பிறகு நேராக நாவலுக்கு டிக்கெட் வாங்கு கிறார்கள் என்பது புரியவில்லை. சிறுகதையில் பணி செய்யக் கூடியவர்களின் எண்ணிக்கை கவிதையும் நாவலும் எழுத முனைபவர்களோடு ஒப்பிட்டால் கவலை அளிக்கக்கூடியது.

"எழுத்து, தொடர்ந்து திரும்பிப் பார்க்க வைக்கிறது. எத்தனை முறை பார்த்தாலும் இவ்வளவா என்ற மலைப்பு ஏற்படுவதில்லை. இவ்வளவு தானா என்றே தோன்றுகிறது. எழுதிய அத்தனையையும் கடக்க வேண்டியிருக்கிறது. கடந்து மேலும் போக வேண்டியிருக்கிறது. இலக்குகளை வைத்துக் கொண்டு அவற்றைக் களைய வேண்டியிருக்கிறது" என என்னுரையிலொன்றில் சொல்கிறார் அம்பை. இவ்வளவுதானா? என தோன்றும் வரைதான் படைப்பாளியின் ஊற்று வறண்டு போகாமல் இருக்கும். மேலும் படைப்பூக்கத்துடன் செயல்பட முடியும்.

'அடவி' என்ற நெடுங்கதையில் செந்திரு வீணையின் ஒலி கேட்டு அதைத் தேடிச் செல்கிறாள். அங்கு ருத்ர வீணையில் சுருதியைச் சரிசெய்தபடி இருக்கும் லுங்கியும் குல்லாவும் வெண் தாடியுமான ஒருவரை காண்கிறாள்.

அவர் எதிரே அமர்ந்துகொண்டாள்.

"எல்லாமே சுருதிதான் இல்லையா" என்றார்.

"ஸுர் என்கிறோம். அஸுர் என்பது யார்? கோணல் பல்லும் கொம்பும், பத்துத் தலைகளும் இருப்பவர்களில்லை. ஸுர் என்ற ஒன்றை அறியாதவர்கள். அ–ஸுர். ஸுர் என்ற ஒன்று ஒலித்துக்கொண்டே இல்லாமலிருப்பதால்தான் வேகம், பலம், பாதை எதுவும் கட்டுக்குள் இல்லாமல் ஓடுபவர்கள். ஸுர் என்ற லகானில்லாதவர்கள்" என்றார்.

தலையை ஆட்டினாள்.

“சுருதி சேர வேண்டும். கூடிவர வேண்டும். நாம் அத்தனை பேரும் அ—ஸுர் தான். சுருதியைப் பிடிக்க ஓடுபவர்கள்.”

“அவ்வளவு சிரமமா சுருதி கூடுவதில்”

சிரித்தார்.

“அது பிடித்துப் போடும் விஷயம் இல்லையே? அலை அது. அடக்கி அதன் மேல் படகோட்டும்போதே கவிழ்த்துவிடும். பெரிய அலையாய் பிரமாண்டமாய் எழும்பும். நம் பக்கத்தில் வரும்போது நுரையாய்ப் போய்விடும். சேரும். குலையும். வரும். போகும். மூழ்கடிக்கும். தூக்கி எறியும்.”

பெரிய அலையாகவும் பிரம்மாண்டமானதாகவும் நுரை யாகவும் பின் கூடிவந்து சேர்வதாகவும் பிறகு குலைந்து போகக் கூடியதாகவும் மீண்டும் எழக்கூடியதாகவும் மூழ்கடிக்கக் கூடியதாகவும் தூக்கி எறியக்கூடியதாகவுமான ஆக்கங்களைக் கொண்டது அம்பையின் மொத்த புனைகதைகளின் உலகம்.

உதவியவை:

1. ‘சிறகுகள் முளைக்கும்’ – நேர்காணல் – அம்பை (காலச்சுவடு, ஜுலை–செப்டம்பர் 1997, இதழ் 18)

2. ‘சிறகு விரித்து எழுந்த பறவை’ – அம்பையுடன் உரையாடல் (சொல்வனம் இணைய இதழ், இதழ் 115)

3. ‘இயல் விருது ஏற்புரை’ – அம்பை.

அம்பையின் சிறுகதைத் தொகுப்புகள்:

1. ‘சிறகுகள் முறியும்’ – காலச்சுவடு பதிப்பகம்
2. ‘வீட்டின் மூலையில் ஒரு சமையலறை’ – க்ரியா பதிப்பகம்
3. ‘காட்டில் ஒரு மான்’ – காலச்சுவடு பதிப்பகம்
4. ‘வற்றும் ஏரியின் மீன்கள்’ – காலச்சுவடு பதிப்பகம்
5. ‘ஒரு கறுப்புச் சிலந்தியுடன் ஓர் இரவு’ – காலச்சுவடு பதிப்பகம்
6. ‘அந்தேரி மேம்பாலத்தில் ஒரு சந்திப்பு’ – காலச்சுவடு பதிப்பகம்

***கபாடபுரம்*, இணைய இதழ் 3**

நாவல்

பிரான்சிஸ் கிருபாவின் 'கன்னி'
காதலின் பித்தும் பிறழ்வும்

> "கண்ணீர்த் துளிகளும் அவனை விட்டு விலகி ஓடுவதில் அவசரம் காட்டியதும் அழுவதைச் சட்டென்று நிறுத்திவிட்டான். கண்ணில் நிறுத்தப்பட்ட நீர் நெஞ்சில் நெருப்பாக எரியத் தொடங்கியது." (பக். 91)

நாவல் என்னும் பெருங்கனவைச் சுமந்து திரியும் காலம் படைப்பாளியின் வாழ்நாளில் மறக்க முடியாதது. அது புதுலாகிரி வஸ்துவை உட்கொண்டது போன்ற போதையை அளிக்கவல்லது. ஆம்! பிரக்ஞையின் ஊசிமுனையில் நிற்கும் போதை அது. தடுமாற்றங்களுக்கும் அலைக்கழிப்புகளுக்கும் இடையே உள்ளுணர்வின் பரவசமும் அகங்காரமும் பூட்டிய இரட்டைச் சேணங்களாக அவனை வழிநடத்த, வினாக்களின் பெரும்வெளியில் – முச்சந்தியில் அல்ல – நிற்கவைத்துவிட்டு மறைந்து போகும். ஒருபோதும் அவ்வினாக்களைக் கண்டு அவன் திகைப்பதில்லை. அவனுடைய அகம் திகைப்பை நோக்கி நகர்ந்த மறுவினாடியில் சாதாரண மனிதநிலைக்கு அவன் திரும்பிவிடுவான். ஓயாத சமர் ஒன்றை அந்த வினாக்களுடன் அவன் மனம் நிகழ்த்தியபடியே இருக்கும். இந்த யுத்தத்தில் அவன் நினைத்தும் பார்த்திராத கதவுகள் திறந்து வழிவிடும். அவன் வேண்டுவதும் அதுதானே! பெரும் படைப்புகள் உருவாகும் பின்னணி இது.

நாவல் உலகில் கடந்த பத்தாண்டுகளுக்கு முன் இருந்த நிலைமைக்கும் தற்போது மாற்றம் கண்டுவிட்ட சூழலுக்கும் எந்தச் சம்பந்தமும் இல்லை. இடைப்பட்ட காலத்தில் கலை யாற்றலோடு கூடிய பெரிய நாவல்கள் தோன்றித் தங்கள் இருப்பை ஸ்திரப்படுத்திக் கொண்டுவிட்டன. அவ்வாறான நாவல்களுள் ஒன்று பிரான்சிஸ் கிருபாவின் 'கன்னி'. இங்கு மிகப் பல விமர்சகர்களும் செய்யும் பெரும்பிழை நாவலின் கதைச் சுருக்கத்தைக் கூறுவது. எந்த மன எழுச்சிக்கு ஆட்பட்டு ஒருவன் ஓங்கி எரியும் தன் கனவின் சுடரைப் படைப்பின் பக்கங்களில் எரியவைத்தானோ அந்த எழுச்சியை அது கேவலப் படுத்துவதன்றி வேறல்ல. வாசகனின் புத்தியை மந்தப்படுத்தி அவனைச் சோம்பேறியாக்குவதும் அப்படியான விமர்சகர்களின் கைங்கரியம்தான்.

மனப் பிறழ்வுகளைப் பற்றிப் பேசும் நாவல்கள் தமிழில் அரிதாகவே வெளி வந்திருக்கின்றன. நகுலனின் நாவல்களும் கோபிகிருஷ்ணனின் 'டேபிள் டென்னிஸ்', எம்.வி. வெங்கட்ராமின் 'காதுகள்' (ஓரளவிற்கு), ஜெயமோகனின் 'பின்தொடரும் நிழலின் குரல்' (அருணாசலம்) போன்றவை உடனடியாக நினைவுக்கு வருகின்றன. இந் நாவல் மற்றவற்றிலிருந்து மாறுபடுவது காதல் எனும் மகத்தான உணர்வு மூலம் அந்நிலையை அடைவத னாலேயே. 'மோகமுள்'ளை ஒரு காதல் கதையாகக் கருதினாலும் முதிர்ச்சிபெற்ற வாசிப்பிற்குப் பின் அதில் மேலும் பல கூறுகள் உட்பொதிந்திருப்பதை உணர முடியும்.

வாழ்வின் நிமித்தம் துடுப்பசைத்துப் பருவத்தின் கரைக்குப் பலரும் வந்து சேர்வது போலத்தான் சந்தனப் பாண்டியும். காதலி சாராமீது அவன் கொண்டிருக்கும் விருப்பமும் பிரியமும் சொல்லி விளக்க முடியாதவை. அவளைக் கண்டபின் அவன் மனம் ஒரு நாளும் அமைதியாக உறங்கியதில்லை. எண்ணற்ற ஆட்கள் காதலை, சாலைபோலக் கடந்து சென்றுவிடும்போது பாண்டி மட்டும் ஏன் நிம்மதியிழக்கிறான்? நுட்பமாகப் பின்தொடர வேண்டிய கேள்வி இது. காரணம் மிக சூசகமாகச் சொல்லப் பட்டிருக்கிறது. அவன் கூச்ச சுபாவி. பத்துப் பேர் இருக்கும் இடத்தில் பதினொன்றாகப் போய்ச் சேர ஆசைப்படுவானே தவிர, முதல் ஸ்தானத்திற்கு முண்டுபவனல்ல. மேலும் அவன் மனவயல்களில் விளைந்திருக்கும் தானியத்தைப் பிளக்கும்போது அதில் தளும்புவது கண்ணீரின் துளியே.

இருவேறு பின்னணிகொண்ட பெண்களோடு அவன் மனம் நெருக்கம் கொள்கிறது. பாண்டி பால்ய வயதிலிருந்தே பெரியம்மா மகளான அமலாவின் நிழல்போல வளர்கிறான்.

அவளைப் பழிச்சொல் பேசியவனைப் பள்ளியில் ஓடவிட்டு விரட்டிப் புரட்டுகிறான். அவன் புனைபெயரை ‘அமலா தாஸ்’ என மாற்றிக்கொள்ளுமளவு அது தீவிரம் பெறுகிறது. வீட்டின் செல்லக் குட்டி என்றாலும் அமலாமீது கர்த்தரின் குழந்தை என்னும் புனிதம் சுற்றியிருப்பவர்களால் கவிழ்க்கப்படுகிறது. அது பற்றிய எந்த உயர்ந்த அபிப்ராயமும் அவளுக்கில்லை. லௌகீக உலகின் மீது சிறு சலனம் அவளுக்கு உண்டென்றாலும் அதை இறையியல் மூலம் கடந்து சென்றுவிடுகிறாள் (“பியூரிடிக்கு ஒருபவர் இருக்கு, எல்லா விதத்திலயும் வணங்கித்தான் ஆகணும். வேற வழியேயில்ல – குறிப்பா ஆண்களுக்கு” – அமலா). பாண்டிக்கு அவன் தொழும் நிலையிலேயே இருக்கிறாள். அவன் வாழ்விலிருந்து அமலா நழுவிச் செல்கையில் முதல் அடி அவன்மீது இறங்குகிறது.

இடையீடாகக் குறுக்கிடும் வேறு இரு பெண்களை (விஜிலா, மரிய புஷ்பம்) நிராகரித்ததற்கான மனக்குறை பாண்டியின் மனதில் விழுந்திருப்பது அவனைப் போலவே நமக்கும் தாமதமாகத்தான் தெரியவருகிறது.

சாராவின் முக்கியத்துவத்தை அமலாவோடு ஒப்பிட்டுப் புரிந்துகொள்ள முடியும். சாராவின் பின்னணி எதுவும் நாவலில் இல்லை. புத்தியில் பிறழ்வுக்கான சமிக்ஞைகள் ஏற்படத் தொடங்குகிறபோது, தன் பெயரை ‘சாரோன்’ என்கிறான். அதுபோலவே பாண்டிக்கு சாரா அறிமுகமான கணத்திலிருந்து இருவருக்குமிடையில் ஒருவருமில்லை. அவ்வப்போது வந்து செல்பவர்கள் கார்ட்டூன் பாத்திரங்களைப் போலத்தான் வந்து செல்கிறார்கள். ஏலம் சம்பந்தப்பட்ட இடம் தவிர. கொடியேற்ற உற்சவத்தின்போது இருவரது சந்திப்பும் நிகழ்கிறது. அத் தருணம் நாவலில் சிறப்பாகச் சித்தரிக்கப்பட்டிருக்கிறது. அது முடிவற்ற யாத்திரையின் வாயிலாக யாத்ரீகன் கண்ட அற்புதமான விடிகாலையைப் போன்றது. அது அவன் வாழ்வில் பொற்கணம் அல்லவா! பாண்டி, சாராவின் கண்கள் பரஸ்பரம் இமைக்காமல் சந்திக்கும்போது, கம்பத்தின் உச்சிக்குக் கொடி சென்றுவிட்டிருக்கிறது. இருவருக்குமான ஊடாட்டங்களும் நுட்பமான புறக்கணிப்புகளும் மனதில் காட்சியாக விரியும்போது, நம் சுய நினைவிலிருந்து ரகசியமான பக்கமொன்றைக் கிழித்தெடுத்து நம்முன் காட்டுவதுபோல இருக்கிறது. உள்ளூர நடுக்கத்தை மறைத்தபடியே புன்னகையோடு அதை அசைபோட்டுக் கொள்கிறோம்.

பாண்டிக்குச் சிறுவயதில் அப்பமொன்றைத் திருடிவந்து அமலா ஊட்டுகிறாள் (பாதிரிகளே அப்பத்தைத் தர முடியும்).

பின்பு சாராவைக் கண்ட மற்றொரு நாளில், பிரார்த்தனைகள் முடிந்து அப்பத்தைப் பெற வரிசையில் அவளுக்கு முன் அவன் நின்று, பாதிரியிடம் பெற்றுக்கொள்ளும் தறுவாயில் அப்பத்தை நழுவவிடுகிறான்.

அமலா கன்னியாஸ்திரி ஆகும் முன் அவளுக்கு அவன் மஞ்சள் சுடிதாரைப் பரிசளிக்கிறான். தேர் பவனி நடக்கும் இரவொன்றில் நேசம் கொண்ட இருமனங்கள் தங்கள் உடலின் ஊடாகப் பிரியத்தைப் பதற்றமாக அறிகின்றன. அவ்விரவிற்கு மறுநாள் சாராவும் மஞ்சள் வெயிலில் பாண்டியை நிற்கவைத்து விட்டுப் பிரிந்துபோகிறாள். முந்தைய இரவில் மஞ்சள் பூவைப் பற்றி இருவரும் பேசிக்கொள்கிறார்கள். அவனைப் பிரியும்போது அவள் மஞ்சள் சுடிதாரை அணிந்திருக்கிறாள். மஞ்சள் நிறத்திற்கும் மனப்பிறழ்வுக்குமான நெருக்கத்தை இங்கு நினைத்துப் பார்த்துக்கொள்ளலாம்.

மனம் பிறழ்ந்து விலங்கிட்டுக்கிடக்கையில் அவனுக்குள் உண்டாகும் வினோதமான கற்பனைகள் வெறும் காட்சிகள் அல்ல. அவற்றிற்கும் அவனது கடந்த காலத்திற்கும் மிக நுண்ணிய இழைகளினாலான தொடர்பிருக்கிறது. அவ்வாறு உணரும் பட்சத்தில் அதனைத் தரிசனமாக மாற்றிக்கொள்ள முடியும். கரையில் வரிசையாக விளக்கேந்தி வரும் பெண்களில் சுடர் அணைந்துபோகும் விளக்குடையவள் சாராவாக அன்றி வேறுயாராக இருக்க முடியும்? கண்ணீரால் நிரம்பிய செப்புத் தலை மனிதன் அவனின்றி வேறு யார்!

கரைமணலைக் களங்கப்படுத்திவிட்டு வரும் பொழுது போக்கியல்ல அவன். அவன் மனதிலும் கவிதைகளிலும் சதா அலைச் சத்தம் கேட்டபடியேயிருக்கிறது ("கடலைக் கப்பலின் சாலையென்று கற்பித்தவனைக் கொன்றுவிட்டுவருகிறேன்"). நாவலை, கிருபா படிமங்கள் மூலமே நகர்த்திச் செல்கிறார். மிக அருகருகே அமைந்த படிமங்கள். கவிமொழியை எட்டித் தொட்டுவிடும் அண்மையில் உரை நடை.

கிருபா தனது கவிதைகளைப் பாண்டியன் மூலமாக நாவல் முழுக்கப் பொருத்தமான இடங்களில் பயன்படுத்தியிருக்கிறார். கூடவே தேவதேவனுடைய கவிதைகளையும். அதுவரை கவிதைகளில் பயின்றுவந்த அடர்த்தியான படிமங்கள் சாராவைக் கண்டதும் ரொமேன்டிக் தன்மையைப் பெற்றுவிடுகின்றன.

நாவலின் முக்கியமான குறையாகப்படுவது யதார்த்தத் தளம் போதுமானதாக இல்லாததுதான். கற்பனைகளில் சஞ்சரிப்பது, காட்சிப் படிமங்களை உருவாக்குவது எவ்வளவு

கே.என். செந்தில்

முக்கியமோ அதுபோலவே யதார்த்தத் தளத்தை உருவாக்குவதும். இதில் பாண்டியின் பால்ய காலம் நன்றாக வந்திருக்கிறது. அவன் இளைஞனாகி அலையும் நாட்கள் நாவலில் தொய்வை ஏற்படுத்துகின்றன.

நேர்கோட்டுப் பாணியைத் தவிர்த்துவிட்டுக் குறுக்கு வெட்டாக, உள்மடிப்புகளைக் கொண்டதாக நாவல் கட்டமைக்கப் பட்டிருக்கிறது. அவற்றினூடாக உள்ள இடைவெளிகளை வாசிப்பின் மூலம் அர்த்தப்படுத்திக்கொள்ளும்போதுதான் ஒரு நாவலின் மகத்துவம் நமக்குப் புரியும்.

தனது மூன்று கவிதைத் தொகுப்புகள் மூலம் கவனமும், வலியோடு முறியும் மின்னல் மூலம் அங்கீகாரமும் பெற்ற பிரான்சிஸ் கிருபா தன் முதல் நாவலை, அதற்குரிய எந்தச் சலுகையையும் கோராமல், நிலைத்திருக்கும்படியான தனித்துவத்தோடு ஆக்கி அளித்திருக்கிறார்.

காலச்சுவடு, ஜூன் 2007

ஜோ.டி.குரூஸின் 'கொற்கை' வீழ்ச்சியின் வரலாறு

"பரந்து விரிஞ்ச கடல்ல பயணம் பண்ணும்போது 'ஆண்டவா… ஒன்னட கடல் எவ்வளவு பெருசு, நாங்க எவ்வளவு சிறுசுன்னு நெனைக்க வைக்குது" (பக். 767)

தமிழில் கவிதைக்கு மிக நீண்ட மரபும் அது அளித்த பெருங்கொடைபோல இதிகாசங்களும் காப்பியங்களும் சங்கப்பாக்களுமாக நம் மொழி நிகரற்ற செல்வத்தைக் கொண்டுள்ளது. அது இன்றைய கவிஞனுக்குக் கடும் சவாலையும் அதே சமயம் அதிலுள்ள சொற்களின் வளமை தன் கவிதையியலைச் சாதகமான திசையை நோக்கி நகர்த்தும் ஆற்றலையும் வழங்குகிறது. ஆனால் எப்போதும் கவிஞனின் மனம் நவீனமானது. அதனால் தான் உலகக் கவிதைகளோடு ஒரு உரையாடலை எத்தருணத்திலும் அவன் கவிதைகளால் நிகழ்த்த முடிகிறது. ஆனால் மிகச் சமீபத்தில் மேற்கிலிருந்து இங்கு வந்துசேர்ந்துள்ள கலைவடிவங்கள் நாவலும் சிறுகதையும். ஆச்சரியமாக நவீனக் கவிதைச் சாதனை களுக்குச் சற்றும் குறையாத அல்லது நிகரான சாதனைகள் தமிழ்ச் சிறுகதைகளில் உள்ளன. ஆனால் நாவலில் அது குறைவாகவே நிகழ்ந்துள்ளது. எனினும் கடந்த பத்தாண்டுக் கால நாவல்கள் இந்த எண்ணத்தைத் தகர்த்துக்கொண்டிருக்கின்றன. இக்காலகட்டத்தை நாவல்களின் காலம் எனக் கூறுமளவிற்கு அவ்வடிவத்தை நுட்பமாகக் கையாளும் படைப்பாளிகள் தோன்றியிருக்கிறார்கள்.

ஏற்கனவே ஊன்றப்பட்டுவிட்ட மதிப்பீடுகளுக்கு ஒத்து ஊதுபவனோ ஒழுக்க நியதிகளுக்குச் சாமரம் வீசுபவனோ அல்ல படைப்பாளி. தூசுபடிந்த அதன் இருப்பைத் தன் ஓயாத கேள்விகளால் காலிசெய்யப் பெரும் மன எழுச்சியும் ஆவேசமுமாக அவன் புரவியின் மீதேறி வருகிறான். கண் பட்டைகள் கட்டப்படாத குதிரையோட்டியால் கட்டுப் படுத்த முடியாத எழுத்து என்னும் புரவி அது. லௌகீக ஞானம் கூடாத ஒருவனையே அது ஆசையுடன் எப்போதும் தன் முதுகிலேற்றிக்கொள்கிறது. அதற்காக அவன் இழப்பவை பற்றிக் கூறப்படும் தீராத பராதிகள், இகழ்ச்சிகள், எளிய லோகாயத வெற்றியைச் சுட்டிக்காட்டி அவனை மடக்கும் தந்திரங்கள், சூழ இருப்பவர்களின் குத்தல்கள் போன்றவற்றால் அவன் சுருங்கிப்போவது உண்மைதான் என்றாலும் அதற்குப் பணிய மறுப்பவன் அவன். அவர்கள் இறந்தபின்னும் தான் வாழப்போகும் காலம் பற்றி அவன் கொண்டிருக்கும் கனவு, அவன் கண்களில் மின்ன, அவன் செய்யக் கூடுவதெல்லாம் ஒன்றே ஒன்றுதான். உள்ளே கொதிக்கும் குருதியின் சூடு ஆறுவதற்குள், தன்னை ஓய்வுகொள்ள விடாது துரத்தும் அந்தக் கனவிற்குத் தன்னை இரையாகத் தர முன்வருவதுதான் அது. இதற்கு அஞ்சிப் பின்வாங்கித் தயங்கிநிற்பவர்கள் தேங்கிப்போக, வெல்ல வேண்டிய சமர் என எண்ணுபவனே மகத்தான கலைஞனாகக் காலத்தின் முன் நிற்கிறான்.

விதிவிலக்குகளைத் தவிர்த்துவிட்டு நோக்கினால் வாழ்க்கை என்பது உறவுகளின் வலைப் பின்னல்களால் ஆனது என்பதை உணரலாம். அதனால் இங்கு உருவான பெரும்பான்மையான படைப்புகள் அவற்றில் ஊடாடும் மனிதர்களின் மனப்புதிர்களை, நானாவிதக் கோணங்களை, எளிதில் விளங்கிக்கொள்ள முடியாத முடிச்சுகளைக் கூற முற்பட்டிருக்கின்றன. தொடர்ந்து இதையே வெவ்வேறு தலைமுறைகளில் பல்வேறுபட்ட வாழ்க்கைகளிலிருந்து வெளிப்பட்ட படைப்பாளிகள் வெகு நுட்பமாகத் தீவிரம் குன்றாமல் எழுதி வந்திருக்கின்றனர். இத்தகுப் போக்கின் காரணமாகவே பெரிய நாவல்கள் சார்ந்த கனவு போதிய ஊட்டம் பெறவில்லை எனத் தோன்றுகிறது. ஆனால் இப்போது அது சார்ந்த பிரக்ஞை உருவாகியிருப்பதுடன் அதைச் சாத்தியமாக்கும் நாவல்கள் தொடர்ந்து தமிழில் வெளிவந்தபடியிருக்கின்றன. ஆனால் இன்று நிகழ்ந்துகொண்டிருக்கும் பெரிய நாவல்களின் அணிவகுப்புக்கு இடையில் நூறு பக்கங்களுக்குள் தீவிரமான மனநிலைக்கு நம்மை அழைத்துச் சென்ற நாவல்களையும் நாம் மறந்துவிடக் கூடாது. சம்பத்தின் 'இடைவெளி', நகுலனின் 'நிழல்கள்', அசோகமித்திரனின் 'தண்ணீர்', வண்ணநிலவனின்

'ரெயினீஸ் ஐயர் தெரு' போன்றவை படைப்பின் ஆதாரக் குணமான நிம்மதியிழப்பையும் மேல் நோக்கிய பயணத்தையும் வாசகனுக்குத் தந்ததை நினைவுபடுத்திக்கொள்ளலாம். இச்சிறிய நாவல்களின் போதாமையை உணர்ந்த படைப்பாளிகள்தாம் பெரிய நாவல் சார்ந்த சவாலைத் தமிழில் ஏற்படுத்தியிருக்கிறார்கள்.

தமிழில் பெரிய நாவல் சார்ந்த கனவைத் தூண்டிய முதல் நூல் என ஜானகிராமனின் 'மோகமுள்'ளைக் கூறலாம். இந்நாவல் அளித்த வாசிப்பனுபவத்திற்குச் சற்றும் கூடுதல்குறைவின்றித் தந்த அவருடைய 'அம்மா வந்தாள்' அளவில் சிறிய நாவலே. பெரிய நாவலுக்கான நீண்டகாலத் தேக்கத்தை உடைத்துத் தன்னை நிறுவிக்கொண்ட நாவல் ஜெயமோகனின் 'விஷ்ணுபுரம்'. இந்த ஒப்பீடு நிகழ்த்தப்படுவதன் நோக்கம் பெரிய நாவல் என்னும் லேபிளில் படைப்பை மேலோட்டமாகப் புரிந்துகொண்டு சாரு நிவேதிதாவின் 'ராஸ லீலா' போன்ற இம்சைகள் தமிழில் வெளியாகிவருவதைப் பொருட்படுத்த வேண்டியதில்லை என்பதைச் சுட்டிக்காட்டவே. நாவலின் தரம் அதன் தடிமனால் அல்ல, அதிலுள்ள கலைவெளிப்பாட்டிற்காகவே தீர்மானிக்கப் படுகிறது. இச்சூழலில் தன் முதல் நாவல் மூலம் பெரும் வாசகக் கவனம் பெற்ற ஜோ டி குரூஸின் இரண்டாவது நாவலாக 'கொற்கை' பெருநாவல் வெளிவந்திருக்கிறது. இந்நாவல் மூலம் படைப்பாளியாக அவரது இடம் மேலும் துலக்கம் பெற்றிருப்ப தோடு முந்தைய நாவலிலிருந்து முன்னகர்ந்தும் சென்றிருக்கிறார். ஒரு கலையை விளக்குவதல்ல மாறாக அப்பிரதியிலுள்ள மௌன இடைவெளிகளை, குறிப்புணர்த்தலைத் தன் வாசிப்பு சார்ந்து மதிப்பிடுவதே விமர்சகனின் பணியாக இருக்க முடியும். படைப்பை விளக்க முயல்பவன் அந்தப் படைப்பாளியையும் வாசகனையும் ஒருசேர அவமானப்படுத்துகிறான் என்னும் புரிதலுடன் இக்கட்டுரை எழுதப்படுகிறது.

முப்பத்திரண்டு குடும்பங்களின் மூன்று தலைமுறைக் கதைகளை ஆயிரத்து நூற்றுப் பக்கம் விரித்துக் கொற்கையை மையமாகக் கொண்டு நுட்பமாகவும் சரளமாகவும் குரூஸ் படைத்தளித்திருக்கிறார். நாவலில் இடம்பெறும் சகல குடும்பங் களின் வரைபடமும் நம் குழப்பம் நீங்கத் தனித்தனியாகப் பின்னிணைப்பாகத் தரப்பட்டுள்ளன. சுந்தர ராமசாமி தன் 'குழந்தைகள் பெண்கள் ஆண்கள்' நாவலுக்குத் தலைமுறைகளின் வரைபடத்தைத் தந்திருந்தது நினைவில் தோன்றி மறைந்தது. இந்நாவலில் குரூஸின் அனுபவ உலகத்திற்கு வெளியேயிருக்கும் ஒரு வஸ்துகூட இடம்பெறவில்லை என்பதை அவர் அளிக்கும் தகவல்களின் துல்லியத்தால் யூகித்துவிட முடிகிறது. வசதி கருதிக் 'கொற்கை'யை எதார்த்தவாத நாவலுக்குள் சேர்க்கலாம். அது

எதார்த்த வகையைச் சார்ந்திருந்தும்கூட இதில் மரபான நாவல் வடிவம் மீறப்பட்டிருக்கிறது. பிரதான பாத்திரம் என்ற ஒன்றே இந்நாவலில் இல்லை. அனுபவத்திலிருந்து கிளைத்துப் பரவும் எழுத்துதான் எதார்த்தத்தின் ஆக முக்கியமான கூறு என்றாலும் அதைக் கலையாக மாற்றுவதில்தான் படைப்பாளியின் ஆளுமை அடங்கியுள்ளது. அன்றாட உலக நடப்புகளில் ஒரு கொலைகாரன் விபச்சாரியைச் சந்திப்பது கீழானதாக, கேலிக்குரியதாகப் பரிகசிக்கப்படும். ஆனால் உளவியலாளர்களின் ஆசானும் நாவல் கலையில் சிகரம் தொட்டவருமான தாஸ்தாயேவ்ஸ்கியின் (‘குற்றமும் தண்டனையும்’) நாவலில் ரஸ்கோல்னிகவ் சோனியாவைச் சந்திக்கும்போது அத்தருணத்தைக் கடந்துசெல்ல முடியாத, அத்துக்கத்திலிருந்து மீள முடியாத நெருக்கடியை வாசகனுக்கு தாஸ்தாயேவ்ஸ்கி அளிக்கிறார். சோனியாவின் கண்ணீரின் வழியாக நாம் அடைவது மனச் சுத்திகரிப்பையே. பேரிலக்கியங்கள் ஏன் படைக்கப்பட வேண்டும், ஏன் படிக்கப்பட வேண்டும் என்ற வினாக்களை இங்கு எழுப்பிக்கொள்ளலாம்.

‘கொற்கை’யில் எண்ணற்ற பார்த்துச் சலிக்காத முகங்கள் நாவலின் பக்கங்கள்தோறும் வந்து சென்றபடியேயிருந்தாலும் அவர்கள் வெறும் நிமித்தங்களே. இவ்வளவு பாத்திரங்களையும் உறவுகளாக இணைத்த குரூஸை எண்ணி வியப்பே ஓங்குகிறது. வரலாற்றின் முன்பின்னாகக் கொற்கையின் வளர்சிதை மாற்றங்களில் கொற்கையும் அம்மனிதர்களும் எவ்விதம் பரஸ்பரம் பாதிப்படைகிறார்கள் என்ற விசாரமும் அவ் விசாரத்தினூடாக மனித வாழ்க்கை ஒழுங்கமைவைக் கொண்ட தல்ல, அது எதிர்பாராமைகளையும் நிலையற்ற கோலத்தையும் கொண்டதுதான் எனக் குரூஸ் பல இடங்களில் வெளிப்படை யாகவும் சில இடங்களில் சூசகமாகவும் உணர்த்துகிறார். கணக்கற்ற நபர்களின் உறவு நிலைகளையொட்டிச் செல்லும் சம்பவங்களைப் பின்தொடர்ந்து செல்ல, இந்நாவலின் முதல் வாசிப்பு சிறிது அயர்ச்சியைத் தருகிறது. கத்தோலிக்கப் பரதவச் சமூகத்தைப் பற்றி அதன் நீண்டகாலப் பின்னணியோடு பேசுவதாலும் அவர்களின் மொழியைத் தமிழ் நாவல்களில் இவ்வளவு விரிவாகக் கேட்கப் பெறுவதாலும்கூட அந்த அயர்ச்சி ஏற்பட்டிருக்கக்கூடும். ஆனால் இரண்டாம் கட்ட வாசிப்பு முன்பிருந்த புகைமூட்டத்தைத் துலங்கச் செய்து தவறவிட்ட பல சிறந்த தருணங்களை நமக்குக் காட்டித்தருகிறது.

கொற்கையும் கொழும்பும் தோணிகளின் வழியாகக்கொள்ளும் வியாபார உறவுகளையும் அவ்வுறவுகளுக்கு மூலாதாரமான மனிதர்களின் அகங்காரம், குறுக்குப்புத்தி, அன்பு, கோணல்கள், வீழ்ச்சி, கண்ணீர் ஆகியவற்றையும் குறித்து விரிவாகக் கூறும்

நாவல் இது. நல்ல நாவலுக்குப் போதுமானதாக இருக்கும் இது போன்ற விவரணைகள் சிறந்த நாவலுக்குப் போதாது. கொற்கையில் வீழ்ந்தவர்கள் பற்றிய சித்திரம் நுட்பமாகக் குரூஸால் விவரிக்கப்படும்போது கையறுநிலையின் பொருளுக்குள் நாம் போய்ச் சேர்கிறோம். வாழ்வின் அர்த்தமின்மையைக் குரூஸ் பல இடங்களில் தொட்டுக்காட்டிச் செல்கிறார். இந் நாவலில் பெரியதுறை, பாம்பன் போன்ற பிற தோணி நடை செல்லும் ஆட்களின் வாழ்க்கையும் கொற்கையினூடாக இடைகலந்து சொல்லப்பட்டுள்ளது.

பரதவச் சமூகத் தலைவனின் மரணத்தோடு தொடங்கும் இந்நாவல் ஏறக்குறைய நூற்றாண்டுக் கால (86 ஆண்டுகள்) வெள்ளத்தில் கணக்கிலடங்காக் காட்சிகளை நம்முன் விரித்தபடி சென்று பிலிப் என்னும் பாத்திரத்தின் மரணத்தோடு முடிகிறது. நாவலில் வேறு எவருமே பிலிப் அளவிற்கு வளர்த்தெடுக்கப் படவில்லை. ஒவ்வொரு அத்தியாயத்துடனும் இடது மூலையில் பொறிக்கப்பட்டிருக்கும் 'கிளிஞ்சல்' நாவலில் இடம்பெறும் மனிதர்களின் ஸ்திதிபற்றிய குறியீடு போல உள்ளது. ஆம்! அவர்கள் அலைகளால் கரையொதுக்கப்பட்ட கிளிஞ்சல்கள்தாம். அதுபோலவே அந்தந்த அத்தியாயத்தைத் தொடங்கும் முன் அது நிகழும் ஆண்டு தரப்படும் உத்தியையும் குறிப்பிட்டுச் சொல்ல வேண்டும். தண்டல் (தோணியின் கேப்டன்) ஆவதுதான் கொற்கையில் தோணியோட்டிப் பிழைக்க நேர்ந்திருக்கும் பலருக்கும் கனவாக இருக்கிறது. தோணியை வைத்துத் தொழில் செய்வது பெரும் கௌரவமாகக் கருதப்படுகிறது.

தோணிதான் – அரவிந்தன் முன்னுரையில் கூறுவதுபோல – இந்நாவலின் நாயகன். அந்த அளவிற்கு மிக நெருக்கமாக நாமே அத்தோணிக்குள் இருப்பதுபோலக் காட்சிப்படுத்தியிருக்கிறார். தோணியின் எண்ணற்ற தகவல்களைக் குரூஸ் விலாவாரியாகச் சொல்கிறார். தோணி கட்டுதல் பற்றி ஒரு அத்தியாயமே புகைப்படத்துடன் தரப்பட்டுள்ளது. எனினும் அது நாவலின் ஓட்டத்தைத் தடுக்கவில்லை. நாவலின் பக்கங்கள் முன்னோக்கிச் செல்லும்போது, அது நாவலில் நுழையத் திறந்துவைக்கப்பட்ட வாசல் என நமக்குப் புலனாகிறது. உதாரணமாக தல்ஸ்தோயின் 'போரும் அமைதியும்' நாவலில் முதல் நூற்றைம்பது பக்கங்கள் உயர்குடிகளின் விருந்து வைபவங்கள் மாறிமாறிக் காட்டப்படுகின்றன. அதில் ரஷ்யச் சக்கரவர்த்தியின் வீரமும் புகழும் போனபர்ட் (நெப்போலியன்) பற்றிய எரிச்சலும் (சிலருக்குப் பாராட்டுணர்வும் உண்டு) உரையாடல்களின் மூலம் நமக்குச் சொல்லப்படுகின்றன. அந்த விருந்துகளில் அவர்களின் மனங்களில் வெளிப்படும் கூறுதான் அந்த நாவலைக்

கொண்டுசெல்லும் பல காரணிகளில் ஒன்றாக அமைவது பின்னர் நிகழும் சம்பவங்கள் வழியாக உணர முடியும்.

தோணியையும் கடலையும் பற்றிக் குரூஸ் கூறத் தொடங்கினால் தகவல்களின் அடர்த்தி அதிகரித்தபடியே இருக்கிறது. கடலையும் காற்றையும் நேரடியாகவே அனுபவித்து அறிந்த ஒருவரால்தான் தோணியை ஆளுமை செய்ய முடியும். அதை எழுத்தில் கொண்டுவரவும் முடியும். புயலில் சிக்கித் தவித்து அலைவுறும் தோணியைக் காத்துக் கரையேற்றுவதை ஒரு சாகசமாகக் குரூஸ் ஆக்கிக் காட்டுகிறார். இதை வாசிக்கையில் ப. சிங்காரத்தின் ‘புயலிலே ஒரு தோணி’யில் அதன் நாயகன் பாண்டியன் புயலிலிருந்து கப்பலை மீட்கும் பகுதி நினைவில் பறந்து மறைந்தது. அதுபோலவே ஸ்டீம் என்ஜின், கப்பலிலிருந்து தோணிக்குள் இறக்கப்பட்டு நூற்பாலைக்குள் ஆட்களால் கொண்டுசெல்லப்படும் பகுதியை அக்கப்பலின் கேப்டன்போலவே நாமும் வியந்து மனத்தின் இமை மூடாமல் பார்த்து நிற்குமளவிற்கு வெகு சாமர்த்தியமாக எழுதப்பட்டுள்ளது. முத்துச்சிப்பியும் வலம்புரிச்சங்கும் எடுக்கும் பரதவர்கள் கடலுக்குள் மூச்சடக்கி மூழ்கிச்செல்லும் பயணங்கள் வாசகனைத் திகைக்கவைத்தாலும் அவை வயிற்றுப்பாட்டுக்காக என தஸ்நேவிஸால் அறிய நேரும் போது அத்திகைப்பு மெல்லக் கரைந்து எஞ்சுவது பெருமூச்சு மட்டுமே. மிக நீண்ட பயணங்கள் மேற்கொள்ளும் தண்டல்கள் தொழில் கற்க வரும் சிறுவர்களைத் தம் இச்சைக்காகப் பயன் படுத்திக்கொள்கிறார்கள் எனினும் அவர்களின் நினைவு முழுவதும் கரையிலுள்ள குடும்பங்களிலேயே கட்டப்பட்டுள்ளது. பரதவர்கள் சில விதிவிலக்குகள் நீங்கலாக மீண்டும்மீண்டும் கூலியாட்களாகவே தோணியில் நடைசெய்யச் செல்கிறார்கள். அதற்குச் சாதிசார்ந்த முரண்களும் மிதமிஞ்சிய குடியுமே இரு பெரும் காரணிகளாக இருப்பதைக் குரூஸ் நாவலின் போக்கில் குறிப்புணர்த்திச் சொல்கிறார். (கிறிஸ்துவத்தைச் சாதியின் கரங்கள் நெரிப்பதை ஆ. சிவசுப்பிரமணியன் தன் ‘கிறித்தவமும் சாதியும்’ நூலில் தக்க ஆவணங்களுடன் பதிவுசெய்திருக்கிறார்.)

குரூஸ் காலத்தைப் பிரக்ஞைபூர்வமாகக் கையாண்டிருக்கிறார். அதனாலேயே வாசிப்பில் சலிப்பு ஏற்படுவதில்லை. நாவல் வளர்ந்து செல்லச்செல்லப் பாத்திரங்களும் சிறு வயதிலிருந்து படிப்படியாக வளர்ந்து சென்றபடியே இருக்கின்றன. இதற்கு நேர்மாறாகப் பெருமாள்முருகனின் நாவல்களில் (‘ஏறுவெயில்’, ‘நிழல் முற்றம்’, ‘கூளமாதாரி’) வரும் சிறுவர்கள் அந்நாவல் முடியும்போதும் சிறுவர்களாகவே இருக்கிறார்கள். பெருமாள்முருகனுக்குக் காலம் என்பது இன்றிலிருந்து நாளையை நோக்கிச் செல்வது அல்லது அதற்கும் மறுநாளை நோக்கி. அவரின் நாவல்களில்

காலம் சில ஆண்டுகளுக்குள் உறைந்துபோய்விடுகிறது. மாறாக சா. கந்தசாமியின் பெரும்பாலான நாவல்களில் ('தொலைந்து போனவர்கள்', 'அவன் ஆனது', 'சூர்யவம்சம்') சிறுவர்கள் வருகிறார்கள். அவர்கள் அதனதன் போக்கில் வளர்ந்து அந்தந்த வயதுகளுக்குரிய காலத்தின் நெருக்கடிகளை எதிர்கொள்கிறார்கள். காலம் நகராமல் நின்றும் நம்மை உலுக்கிய நாவலான யூமா. வாசுகியின் 'ரத்த உற'வை இதற்கு விதிவிலக்காகச் சொல்லலாம். காலத்தைத் தன் வரலாற்றறிவு மூலம் நுட்பமாகக் கையாண்டு வாசகனைத் தத்தளிப்பும் நெருக்கடியும் சூழச் செய்த அற்புதமான படைப்பு குர் அதுல்ஐன் ஹைதரின் 'அக்னி நதி'. குரூஸின் பலமாக அவர் காலத்தை வெள்ளம்போல் பார்ப்பதையே கூற வேண்டும். அதில் அடித்துச் செல்லப்பட்டவை போக எஞ்சியது என்ன என்ற அடிப்படையான வினாவிலிருந்து தன் படைப்பாக்கத்தின் பயணத்தைத் தொடங்குகிறார். அதனால்தான் குரூஸால் எத்தகைய உணர்ச்சிகளுக்கும் ஆட்படாமல் நிகழ்வுகளைத் தாண்டிச்செல்ல முடிகிறது. நாவலில் வரும் எவ்வளவோ மரணங்கள், இழப்புகள், வீழ்ச்சிகள் எதிலுமே அவர் மனம் ஊன்றாமல் தாண்டிச் சென்றுவிடுகிறார். சுதந்திரம் பெற்ற செய்திகூட ஒற்றை வரியில் முடிந்துபோகிறது. நல்ல தண்ணீர்த் தீவுப் பக்கம் பல பிணங்கள் மிதந்துவருவதை, அதை அவர் அலட்சியம் செய்வதை, ஒரு தகவல் போல் தருவதை, எண்ணிக் கொண்டபோது ஏமாற்றமாக இருந்தது.

வெவ்வேறு காலகட்டங்களின் ஊடாக நாவல் செல்லும் போது அக்காலத்தின் சுவடுகளைக் குரூஸ் பதிவுசெய்திருக்கிறார். கொள்ளையனாக அரசால் முத்திரை குத்தப்பட்ட செம்புலிங்கம் சுடப்பட்டது, துணி ஆலைகள் கொற்கைக்கு வந்து அது நிலை பெற்ற வரலாறு, கொழும்பு நடை செல்லும் ஆட்களின் வழியாக இலங்கையில் சிறுகச்சிறுகத் தலை தூக்கும் இனவெறி, பின் பூதாகரமாக வளர்ந்து தமிழர்களின் கடைகள் நொறுக்கப்படுதல் என அந்த நாட்களின் நிகழ்வுகளை ஆவணமாக அல்லாமல் நாவலுடன் இடைகலந்து சொல்கிறார். பல்வேறு மாற்றங்கள் உருவானதற்கான நம்பகத்தன்மைக்குக் குரூஸ் நாவலுக்குள்ளேயே புகைப்படங்களை வழங்கியிருக்கிறார்.

ஒரு அனாதையைப் போல ரயிலேறி 'கொற்கை' வந்திறங்கும் பிலிப், தான் தங்கியிருக்கும் சித்தியின் வீட்டிலிருந்து அவளுடைய நடத்தையால் விலகி ஓடி ஆண்டாமணியால் அடைக்கலம் தரப்பட்டுப் பின் தோணிக்குள் நுழைந்து பல நெருக்கடிகளை எதிர்கொண்டு போராடி முதலாளியாக ஆகும் சித்திரம் நாவலில் நன்றாக வந்துள்ளது. தன்னைக் காத்த ஆண்டாமணியாரிடம், கணவனை இழந்து நிற்கும் அவரது மகளை மணக்கச் சம்மதம்

பெறும் பிலிப் காலச் சுழற்சியில் தன் மகள் தனியாளாக ஆகும் போது தன் தோணியில் தண்டலாக நடைக்குச் செல்லும் நிக்கோலசுக்கு, மகள் பூங்கோதையைத் தர மறுக்கிறார். எளிதில் விடை தேட முடியாத இது போன்ற புதிர்கள்தாம் வாசகனைப் பிரதியிடம் ஈடுபாடுகொள்ளச் செய்யக் கூடியவை. வெறுமையும் கசப்புமாக பிலிப் தன் தள்ளாத வயதில் கொற்கையிலிருந்து நீங்கி, மீண்டும் திரும்புகையில் உட்கார்ந்த நிலையிலேயே உயிர் நீங்கியவராக வந்து சேரும்போது நாவல் முடிகிறது. இதனூடாகக் கொற்கையைச் சார்ந்து வாழும் பல நூறு குடும்பங் களின் கதைகள் ஒன்றுக்கொன்று இணைந்தும் விலகியும் வந்துபோய்க்கொண்டிருக்கின்றன. பிலிப்புக்குப் பிறகு சில பக்கங்களுக்குள் வந்துபோகும் காசியை அவன் செய்கையால் மறக்க முடியாமல்போகிறது. பிரிட்டிஷ் காலம் தொடங்கி நாவல் முடியும் ஆண்டுவரை (2000) நாவலுக்குள் நிறைவேறாத காதல்கள் ஒரு சாபம்போல, துடைத்தழிக்க முடியாத கண்ணீர்போலப் பின்தொடர்ந்து வந்தபடியுள்ளன. விதிவிலக்கு சில்வெஸ்டர்– மார்க்ரெட். இந்தப் பகுதியை விவரிக்கும்போது மனதின் அடிவைப்புகளை நுட்பமாகவும் இரண்டே பக்கங்களுக்குள் சுருக்கமாகவும் குரூஸ் தொட்டுக்காட்டுகிறார்.

முறை தவறிய பாலியல் உறவுகள் குரூஸின் முதல் நாவலைப் போலவே இதிலும் இடம்பெறுகின்றன. நாவலில் வசவுகளை உதிர்க்காத ஆண் பாத்திரங்களே இல்லை எனக் கூறிவிடலாம். அந்த வசவுகள் எப்போதும் பெண்களின் பிறப்புறுப்பைக் குறிப்பதாகவே வெளிப்படுகின்றன. அதன்மீது ஆண்களுக்குள்ளது வன்மமா அல்லது அதைக் கூறுவதன் வழி ஒருவிதத் திருப்தியை அடைகிறார்களா? எவ்வாறு எல்லாச் சமூகங்களுக்குள்ளும் இவ்வசவுகள் ஊடுருவின என்பன போன்ற கேள்விகள் உளவியலாளர்களிடம் கையளிக்கப்பட வேண்டியவை அல்லது ஒரு நுட்பமான படைப்பாளியால் அணுகப்பட வேண்டியவை.

வலுவான பெண் பாத்திரங்களே நாவலில் இல்லை என்பதை முக்கியமான குறையாகச் சுட்டிக்காட்ட வேண்டியுள்ளது. கடலைத் தன் ஜீவாதார மார்க்கமாகக் கொண்டுள்ள பரதவச் சமூகத்தில் வீட்டை ஆள்பவர்களாகப் பெண்களே இருக்கக்கூடும். அப்படியிருந்தும் அதிலிருந்து ஒருவரும் மேலெழுந்து வரவில்லை. ஆனால் தீமையின் உருவங்களாகக் குரூஸால் எழுதப்பட்டிருக்கும் ரஞ்சிதம், அருள்மொழி, திரேஸா, சலேட்டம்மாள் போன்றவர்கள் மனதில் பதியுமளவிற்கு மென்மையானவர்களான சலோமி, மதலேன், விர்ஜீத், பூங்கோதை ஆகியோர் மனதில் ஊன்றவில்லை. மதலேன் தற்கொலைசெய்துகொள்ளும் காட்சி நாடகத்தனமாக உள்ளது. அதுபோல ரேவதி, ரோனால்ட்மேல் காதல்

கொள்வதற்குக் கூறப்படும் காரணங்கள் அபத்தத் தமிழ் சினிமாவை விஞ்சக்கூடியவையாக இருக்கின்றன. ஒரு தேர்ந்த எடிட்டர் நாவலைச் செப்பனிட்டிருந்தால் இன்னும் சிறப்பாக நாவல் வந்திருக்கும்.

பரதவர்களின் தெய்வமாக அவர்களைக் கட்டுப்படுத்தும் சக்தியாகப் பெண் தெய்வங்களே உள்ளன. சந்தனமாரியும் குமரியன்னையும் பரதவக் குடியினரின் முதன்மைக் கடவுளர்களாக வணங்கப்படுகின்றனர். அவர்கள் கத்தோலிக்கத்தைத் தழுவிய பின் தொழும் மேரி மாதாவைக்கூடச் சந்தனமாரியின் மாற்று வடிவமாகவே எண்ணிக்கொள்கிறார்கள்.

பரதவர்களைப் போலவே கொற்கையில் பல்வேறு சாதியினரும் தங்களுக்குள் கொண்டும் கொடுத்தும் வஞ்சம் செய்தும் அவரவர்களின் படிநிலைகளை உயர்த்திக்கொள்கிறார்கள். சிங்கராயர்கள், பல்டோனாக்கள், தல்மெய்தாக்கள், ரிபேரோக்கள், நாடார்கள், பிள்ளைகள், தலித்துகள் என விரிவு கொள்ளும் இந்நாவல் அவர்களின் பரந்துபட்ட வாழ்க்கையை நெருங்கிச் சென்று கூறியுள்ளது. முற்பகுதி முழுக்கத் தோணித் தொழிலில், கொற்கையில் செல்வாக்குப் பெற்று விளங்கும் ரிபேரோ, தல்மெய்தா, சிங்கராயர் குடும்பம் அதன் முதல் தலைமுறையில் உச்சம் பெற்று, நிலைத்து நின்று, பின் அடுத்தடுத்த சரிவுகளில் கீழிறங்கி வீழ்ச்சியுறுவதைக் கலைப்பாங்கோடு கூறுவதே இந்நாவல் முக்கியத்துவமடைவதற்குக் காரணமாகும். நாவலில் ஆசிரியர் குறுக்கீடு நிகழாததாலேயே இது சாத்தியமாகியுள்ளது.

ஒரு காலத்தில் துறைமுகத்தில் கோலோச்சிய பிரான்சிஸ் தல்மெய்தாவின் குடும்பம் படோடோபங்களில் சிக்கிச் சீரழிந்துபோக அவருடைய பேரன் அதே கொற்கையில் கஞ்சா விற்ற வழக்கில் கைதாகிறான். பிரிட்டிஷ் அரசிக்கு பியோனோ கற்றுத்தந்த அவரது மகள் நிறைவேறாத காதலும் அண்ணனின் அவமதிப்புமாகக் காலத்தைக் கழித்து ஒரு சிறிய வீட்டினுள் கிழவியாகக் கண்டெடுக்கப்படுகிறார். தோணி முதலாளியாக முறுக்கித் திரிந்த சிங்கராயரின் தலைமுறையோ மூன்று மிதியடிகளை ஒன்றாகத் தைத்துப் போடும் நிலைக்குக் கீழிறங்குகிறது. ரிபேரோக்களின் செல்வாக்குக் குறைந்துகொண்டே வந்து பின் பொம்மைகளைப் போல ஆகிறார்கள். பல்டோனாக்களும் காலத்தின் கதியில் தங்களைத் தக்கவைத்துக்கொள்ள முயன்றுகொண்டே இருக்கிறார்கள்.

பரதவக்குடித் தலைவன் பாண்டியபதியின் அனுமதியின்றித் தங்கத் தேர் பவனி தொடங்கிவிட, அவர் மதிப்பு குறைந்துவிட்டதை உணர்ந்து தன் மணிமுடியை இறக்கிவைத்துவிட்டுக் கண்ணீருடன்

அரண்மனை சேர்கிறார். வெகுகாலத்துக்குப் பின் அந்த அரண்மனை ஸ்டுடியோவாக வாடகைக்கு விடப்படும் அவலத்தைச் சந்திக்கிறது. இத்தகு வீழ்ச்சிக்குப் பின்னுள்ள மனிதர்களின் அபிலாஷைகள், கனவுகள், ஏக்கங்களைக் காலம் தன் பின்னங்காலால் தட்டிவிட்டு முன்னேறுகிறது. பிலிப்கூட மனதளவில் வீழ்ச்சியையே எதிர்கொள்கிறார். பெருந்தனக் காரராக வாழ்ந்த தாணுமாலயப் பிள்ளையின் மகன் ஓட்டலில் மேசை துடைக்க, மருமகளோ சித்தாள் வேலைக்குச் சென்று சோரம் போகிறாள். ஒரு காலத்தில் மேசைக்காரர்களோடு (பரதவ வியாபாரிகளில் உயர்குடியினர்) உறவு வைத்துக்கொள்ளக் கொற்கையே ஏங்குகிறது. அந்தக் குடும்பத்திலிருந்து வந்த மரியசீலி, தன் மகனாலேயே குரூரமாகக் கொலைசெய்யப்படுகிறாள். மாறாக, நாடார்கள் தனி வங்கி அளவிற்குப் பொருளாதார மேன்மையை அடைகிறார்கள். தற்கொலை எண்ணத்துடன் சுற்றும் ஆண்டி நாடார் பின் தோணி முதலாளியாகிறார். முத்துலிங்க நாடாரின் வாரிசுகள் வீழ்ச்சியுறாமல் பிசிறுதட்டாமலும் ஒரு நதிபோல இரு கரைகளையும் தழுவியபடி சென்றுகொண்டேயிருக்கிறார்கள். விதிவிலக்கு சுந்தர கிருஷ்ணன் மற்றும் ராஜாமணி.

எந்த வீழ்ச்சியின் மீதும் நின்று பேசாமல், அது காலச் சுழற்சியில் தானாகவே நிகழ்வதை குருஸ் முதிர்ந்த அணுகுமுறையில் நாவலுக்குள் கையாள்கிறார். ஆனால் அந்தக் கண்ணீரை வாசகன் கண்டுகொள்வதும் பெருமூச்செறிவதும் அது கலையாக ஆனதனால் அன்றி வேறில்லை.

***காலச்சுவடு*, ஆகஸ்ட் 2010**

சுகுமாரனின் 'வெல்லிங்டன்'

> பூக்களில் வழியும் ரத்தத்துக்கும்
> துடைக்க நீளும் சுட்டுவிரலுக்கும்
> இடையில்
> பறந்து தடுமாறுகிறது கிளி
>
> – பக். 50 (பூமியை வாசிக்கும் சிறுமி)

கவிஞர்கள் உரைநடையாளர்கள் ஆவது ஒன்றும் புதிதல்ல. அதற்குப் பாரதி, பிச்சமூர்த்தி என தமிழில் தொடர்ந்து வரும் ஒரு மரபு உண்டு. கவிதையின் சிக்கனமும் அர்த்தச்செறிவும் ஒரு படைப்பாளியை வசீகரிப்பது போலவே உரைநடையின் வகைமாதிரிகளும் அதன் விஸ்தீரணமும் அவனை ஆட்கொள்வதில் வியப்பொன்றுமில்லை. ஒரே மனதில் துளிர்க்கும் அல்லது புரிந்துகொள்ளும் அனுபவத்தில் அது தன்னை வெளிப்படுத்திக் கொள்ள எந்த வடிவத்தைத் தேர்ந்தெடுக்கிறது என்பது படைப்பாளியே அறிந்துகொள்ள விழைகிற ரகசியங்களில் ஒன்று. ஏனெனில் இரண்டிற்குமான பின்னணிகளும் அலகுகளும் வழித்தடங்களும் வெவ்வேறானவை. ஆனால் ஒரு முரண்நகை ஆச்சரியமூட்டுகிறது. இன்று எழுதப்படுபவற்றில் ஒன்று மற்றொன்றின் வேடத்தைப் புனைந்துகொள்ள ஆவல் கொண்டிருக்கிறது. தற்போது எழுதப்படும் கவிதைகள் (பெரும்பாலும்) உரைநடையில் கவித்துவத்தை எட்ட முயல்கையில் உரைநடையோ படிமங்கள், உருவகங்கள், உவமைகள் எனப் பழைய கவிதையின் தோற்றத்தோடு வாசகன் முன் வருகிறது. இவை எல்லாவற்றிற்குமான அடிப்படை, மனநிறைவின்மைதான். அதை உணரும் மனம்தான் கலையைக் கையிலெடுத்துக் கொள்கிறது.

கே.என். செந்தில்

ஆனால் மொழியைத் திருகுவதன் மூலம் அதை நவீனப்படுத்தி விட முடியும் என்ற தப்பெண்ணத்தை விட்டு விலகியாக வேண்டும். கவிஞராக முப்பது ஆண்டுகளுக்கும் மேல் தீராத ஆர்வத்தோடு செயல்பட்டு வரும் சுகுமாரனின் உரைநடை தனித்துவம் கொண்டது. அவர் *உயிர்மையில்* எழுதிய பத்திகளும் கட்டுரைகளும் அதற்குச் சாட்சியங்களாக நம் முன் இருக்கின்றன. தன் இலக்கிய வாழ்வின் ஆகச்சிறந்த கட்டுரைகளை அதற்குப் பின்பே சுகுமாரன் எழுதியிருக்கிறார். வாழ்க்கையும் வாசிப்பும் அளித்த அனுபவத்தை, பேசுபொருட்களைக் கொண்டிருக்கும் அவை பல்வேறு காரணிகளால் முக்கியத்துவமுடையவை. அதில் 'தனிமையின் வழி' என்னும் கட்டுரை ஒரு கிளாஸிக். அவரின் அடுத்த நகர்வு நாவலை நோக்கிச் சென்றிருக்கிறது. அவருடைய முதல் நாவல் 'வெல்லிங்டன்.'

'வெல்லிங்டன்' யதார்த்த நாவல் வகையைச் சார்ந்தது. பலரும் தங்கள் முதல் நாவலை, சுயவாழ்வையும் சுய அனுபவத்தையும் பின்னணியாகக் கொண்டு எழுதியிருப்பது போலவே சுகுமாரனும் இந்நாவலைப் படைத்துள்ளார். 'வெல்லிங்டன்' என்னும் ராணுவப் பயிற்சி மையம் இந்நாவலுக்கு மையமாக இருந்தாலும் அதிலிருந்து கிளைபிரிந்து சென்று அங்கு வாழும் மனிதர்களைப் பற்றியே இந்நாவல் அக்கறையுடன் பேசுகிறது. இந்நாவலுக்குள் ஆசிரியரின் குரலையோ தலையீட்டையோ எங்கும் உணரமுடியவில்லை. ஒரு சிறுவனின் (பாபு) கண்வழி, செவிவழி விரியும் இந்நாவலில், 'உதகமண்டலத்தின் கண்டுபிடிப்பாளனாகிய' ஜான் சல்லிவனைப் போலவே அச்சிறுவனும் புதிய இடங்களை நோக்கிச் செல்வது நுட்பமாக உணர்த்தப்பட்டுள்ளது. இதற்கு முன்னும் சிறுவர்களை முதன்மையாகக் கொண்டு எழுதப்பட்ட பூமணியின் *வெக்கை*, ராஜ்கௌதமனின் *'சிலுவை ராஜ் சரித்திரம்'*, யூமா வாசுகியின் *'ரத்த உறவு'*, பெருமாள்முருகனின் முதல் மூன்று நாவல்கள் ஆகியவை உண்டென்றாலும் அவற்றிலிருந்து இந்நாவலைத் தனித்துக் காட்டுவது சிறுவன் பாபுவின் இருப்பு. அவன் கண்ணில் படுவதும் அவன் கிரகித்துக்கொள்வதுமே நாவலில் முக்கியமான பகுதிகளாக உள்ளன. பாபுவின் வருகைக்குப் பிறகு நாவலின் சகல இடங்களிலும் அவனது இருப்பை வாசகன் உணர்ந்துகொண்டே இருக்க முடியும்.

நாவல் மூன்று பிரிவுகளாக அமைக்கப்பட்டுள்ளது. மூன்றுக்கும் வெவ்வேறான மொழிநடைகளை நாவலாசிரியர் கையாண்டிருக்கிறார். சூரியன் அஸ்தமிக்காத ராஜ்ஜியத்தின் அதிகாரியான ஜான் சல்லிவன் மலைகளின் அரசியைத் தன் சகாக்களோடு கண்டடைந்து வழித்தடங்களை நிர்மாணித்து அதை குடியிருப்புகளாக மாற்றி அமைப்பது முதல் பகுதி. கொடிய

குணங்கள் கொண்டவர்களாகப் பொதுபுத்தியில் அறியப்பட்டிருக்கும் ஆங்கிலேயே அதிகாரிகளுக்கு மாற்றாக சல்லிவன் பாத்திரம் அமைந்திருக்கிறது.உள்ளூர்வாசிகளால் மதிப்புக்குரியவராக அவர் இருப்பினும் கூட "வோட்கமண்டில்"க்குள் நுழைந்ததும் அம்மண்ணில் தன் ராணியின் கொடியையே முதலில் நட்டு வைத்து சாம்ராஜ்யத்தின் விஸ்தரிப்பை அறிவிக்கிறார். எப்போதுமே அவர்கள் ராஜாங்கத்தின் விசுவாசிகள்தானே? மலையைக் கண்டடைய அவர் வகுக்கும் திட்டங்களும் அவரின் ஆர்வமும் வழித்தடம் கிட்டிய பின் அவர்கள் மேற்கொள்ளும் பயணமும் நாவலில் நன்றாகச் சொல்லப்பட்டிருக்கின்றன. சல்லிவன் குடும்பமும் குழந்தையுமாக ஆகி அவர்களில் சிலரை அம்மண்ணிலேயே நிரந்தர உறக்கத்திற்குள் ஆழ்த்திவிட்டு நாடு நீங்கிச் செல்கிறார். மலைக்கிராமங்களின் பூர்வ குடிகளான படுகர்களின் நிலங்கள் அவர்கள் அறிந்தும் அறியாமலும் கையகப்படுத்தப்படுவது, தேயிலையும் மலைநிலங்களில் விவசாயமும் நிலைபெறுவது போன்றவை நாவலுக்குள் இடைகலந்து சொல்லப்படுகிறது. இம்மலை சல்லிவன்மீது ஏற்படுத்திய தாக்கத்தையும், மக்களின் மனங்களில் சல்லிவன் பெற்றிருக்கும் செல்வாக்கையும் ஒரு சேர வாசகனிடத்தில் நாவலாசிரியர் கடத்திவிடுகிறார். மேலும் சல்லிவன் இல்லாது நாவல் சுதேசி மக்களின் வாழ்வியலை நோக்கி நகர்ந்தபின்பும் அவரது இன்மையைப் பாபுவின் நுழைவுவரை வாசகனின் மனம் உணர்ந்தபடியே இருக்கிறது.

நாவலில் பாபுவின் வருகைக்குப் பிறகு அதன் மொழிநடை முற்றிலும் வேறானதாக அமைந்திருக்கிறது.இது ஆசிரியரின் பிரக்ஞைபூர்வமான செயல்பாடு.பாபு எப்போதும் யாருடனேனும் இருந்துகொண்டே இருக்கிறான். பாபு தனித்திருப்பதில்லை. அவன் பிறந்த இடத்திலிருந்து பிடுங்கி நடப்பட்ட செடி. தான் வளரும் வீட்டில் ஒட்டுதல் இன்றி (அவனை வளர்க்கும் அத்தை தன்மீது ப்ரியம் சுரக்க பள்ளிவாசலுக்குக் கூட்டிச் சென்று தகடு எழுதிக் கூட்டி வருகிறார்) வளர்கிறான்.அதற்கெல்லாம் சேர்த்து அந்தத் தெருவெங்கும் அதன் அத்தனை வீடுகளுக்குள்ளும் புகுந்து அவர்களுக்குள் ஒருவனாகவே – வயது பேதமின்றி – சுற்றுகிறான். அவனுடைய கால்தடங்களின் சுவடுகள் நாவல் முழுக்கக் காணமுடிவதற்கு அது ஒரு காரணமாக இருக்கக் கூடும்.நாவலுக்குள் சிறுவர்களின் உலகம் (தன் அத்தை அவளின் நெருங்கிய தோழியான தேவகியேட்டத்தியுடன் கடுமையாகச் சண்டையிட்டுக் கொண்டிருக்கும்போது கழன்று விழும் சவுரி முடியைப் பாபு எடுத்து அவளிடம் நீட்டுகிறான்) அவர்களுடைய விளையாட்டுகள், சேட்டைகள், துடுக்குத்தனங்கள் என நாவல் விரியும்போது அவர்கள் அந்த வயதை மீறிய பெரிய

மனுஷத்தனங்களைச் செய்பவர்களாகவும் இருக்கிறார்கள். போலீஸ் நிலையத்தில் எபநேசருக்கு ஆதரவாக பாபு சாட்சி சொல்வதும் மம்மூது கை வெட்டுப்பட்டுக் கிடக்கும்போது அவனைக் காணச் செல்வதும் அவர்களின் அந்த வயதை மீறிய செயல்பாடுகளாகவே தோன்றுகின்றன.

அத்தை அம்முவும் மாமா கண்ணனும் பாபுவை வளர்ப்புப் பிள்ளையாகத் தூக்கிவந்து வளர்ப்பதிலிருந்து நகரும் பக்கங்களை இரண்டாம் பகுதியாகக் கொண்டிருக்கும் இந்நாவல் அதன் சில பக்கங்களுக்குப் பின் வெல்லிங்டனை ஒட்டியுள்ள அவர்கள் குடியிருக்கும் தெருவையும் அத்தெருவின் மனிதர்களையும் பற்றிப் பேசத் தொடங்கிவிடுகிறது. பிற தெருவாசிகள் நாவல் ஓட்டத்தின் ஊடாக அவரவர்களின் வாழ்க்கைகளோடு அறிமுகமாகிறார்கள். பிற வீடுகளின் குடியேற்றம் சொல்லப்படுவதில்லை. பாபுவின் அலைதல் மூலம் அறிமுகமாகும் இடங்கள் அவனாகக் கண்டு கொண்டவை. சல்லிவன் கண்டடைந்தவை நீலகிரியின் ஒரு பகுதி என்றால் பாபு அறிந்துகொண்டவை அதன் மற்றொரு பகுதி எனப் புரிந்துகொள்ள முடியும்.

மேலோட்டமான வாசிப்பில் ஒரு நிலத்தை அதன் குறிப்பிட்ட மக்களைப் பற்றிய நாவலாகத் தோன்றும் இப்புதினம் அந்த மனிதர்களின் வெவ்வேறான வாழ்வியலைப் பேசிச் செல்கிறது. இதற்குள் எண்ணற்ற கதாபாத்திரங்கள் வந்தும் நின்றும் விலகியும் மறைந்தும் போகிறார்கள். தொழில் நகரமொன்று உருவாகி வரும் சித்திரத்தினூடாகப் பலதரப்பட்ட வாழ்க்கைகளை நுட்பமாகச் சொல்லும் குறிப்பிடத்தகுந்த ஆக்கம் எம். கோபாலகிருஷ்ணனின் 'மணல் கடிகை'. இவ்விரண்டிற்குமுள்ள வேறுபாடென நாவலாசிரியர்கள் காலத்தைக் கையாள்வதைச் சொல்ல வேண்டும். கோபாலின் நாவலில் நகரின் உருப்பெருக்கத்திற்கிணையாகச் சிறுவர்களும் வளர்ந்து மேலேறி சரிந்து வீழ்கிறார்கள். இந்நாவலில் காலம் சில ஆண்டுகளுக்குள்ளாக பயணம் செய்யும் ஒன்றாக இருக்கிறது. நாவல் நிகழும் காலத்தை அறிந்துகொள்ள நேருவின் வருகை, அப்போதைய பேருந்தின் பெயர் ("மூக்கு வைத்த எம்.சி.எஸ்.கம்பெனி பஸ்"), உபயோகப்படுத்தும் பொருட்கள், அதன் விலை, சினிமாக்கள், நடராஜ குருவை பாபுவும் அவன் மிகப் பிரியம் கொண்டிருக்கும் கௌரியேச்சியும் காண நேர்வது ஆகியவை நாவலின் ஓட்டத்தில் இடம்பெறும் போது அக்காலகட்டத்தை வாசகனால் புரிந்துகொள்ள முடிகிறது. அதேபோல தமிழ், ஆங்கிலம், மலையாளம், எழுத்துரு இல்லாத வாய்மொழியாக மட்டுமே வாழ்ந்துவரும் படக பாஷை, தெலுங்கு என நாவலுக்குள் விதவிதமான மொழிகள் கையாளப் பட்டிருக்கின்றன.

நாவலை நடத்திச் செல்பவர்களாக சிறுவர்களும் பெண்களுமே இருக்கிறார்கள். ஆண்கள் வெறும் நிமித்தங்கள் மட்டுமே. நாவலுக்குள் வரும் குடும்பங்கள் ஒன்றில் கூட நிம்மதியில்லை. அதிலும் குறிப்பாகப் பெண்களுக்கு. ஏமாற்றப்பட்டவர்களாக உறவுகளுக்கு ஏங்குபவர்களாகக் கண்ணீரால் வலியை ஒத்திப்போடுபவர்களாக இந்தப் பெண்கள் இருக்கிறார்கள். அவர்கள் பெரிய லௌகீக ஆசைகள் கொண்டவர்களல்ல. இருக்கும் வாழ்வை இன்னும் கொஞ்சம் சந்தோஷமானதாக ஆக்கிக்கொள்ள ஆசை கொண்டிருப்பவர்கள். சற்று மேலே செல்ல சாத்தியமாகக் கூடிய கனவுகளைச் சுமந்திருப்பவர்கள். ஆனால் அதுகூட அவர்களுக்குக் கைகூடுவதில்லை. கைகூடாமல் போனால்கூட பாதகமில்லை. வாழ்ந்துகொண்டிருக்கும் ஸ்திதியிலிருந்து சரிந்து போகிறார்கள். ஒவ்வொருவராக அந்தத் தெருவைக் காலி செய்துவிட்டு வேற்றிடம் நோக்கிச் செல்கிறார்கள். ஏன் பெரும்பாலான படைப்பாளிகள் தங்கள் ஆக்கங்களில் வாழ்வின் மகிழ்ச்சிகரமான தருணங்களைப் பற்றிப் பேசுவதில் ஆர்வம் கொள்ளாமல் தொடர்ந்து மனிதனின் வீழ்ச்சியைப் படைப்பின் பக்கங்களில் இறக்கிவைக்கிறார்கள்? சந்தோஷங்கள் மேலோட்டமானவை என்றும் எப்போதும் மனதின் அடியில் ஓடிக்கொண்டிருக்கும் நதியின் சுவை கண்ணீரின் துவர்ப்பையே கொண்டிருக்கும் என்னும் உண்மையை அறிந்துகொண்டிருப்பவன் அல்லவா படைப்பாளி!

தன்னோடு ஒட்டாமல் சுற்றுகிறான் என்ற ஏமாற்றமும் ஏக்கமுமாகப் புலம்பும் அத்தை, பாபுவின் கௌரியேச்சி தன் தங்கையின் உடன்போக்குக்குப் பின்பு வெளிக்காட்டாத ஏமாற்றத்துடன் மௌனத்தில் ஆழ்கிறாள். தன் வளர்ப்பு மகளான வசந்தியிடம் தேவகியேடத்தி கொண்டிருக்கும் நேசம் அவளிடமிருந்து கிட்டாமல் தன் சொந்த அன்னையை வசந்தி காணச் செல்லும்போது கண்ணீரோடு சொந்த ஊருக்கே தேவகி பேருந்து ஏறுகிறாள். சொந்த மகளான வசந்தியைக் காண முடியாமல் தெரேசா வேறொரு பக்கம் தவிக்கிறாள்.விமலாவுக்கு அவள் ஆசை கொண்டிருக்கும் ராணுவ வீரனான சந்திரன் சண்டையில் காணாமல்போன செய்தி வீடு வந்து சேர்கிறது. சரஸ்வதி டீச்சர் மணம்புரிய இருந்த சங்கரனை அவளது தங்கை சாந்தா மணம் முடித்ததும் டீச்சர் தனிமையின் சுவருக்குள் தன்னை முடக்கிக்கொள்கிறாள். அதேபோல பிரபாகரனை மனம் முழுக்க சுமக்கும், சர்க்கஸிலிருக்கும் ஜானக்கா அடைவது ஏமாற்றத்தையே. பாபு மனநெருக்கம் (அவனே அறியாதபொழுது அவளாகக் காட்டும் உடல் நெருக்கமும்) கொண்டிருக்கும் சகுந்தலா (எ) சக்குவை அவளது காதலனான பாலாஜி கைவிட்டுச் செல்லும்போதும் காலந்தோறும் பெண்களின் துயரே

அணைக்க முடியாத நெருப்பாக வாழ்வின் பக்கங்களில் எரிந்து கொண்டிருக்கிறது என்னும் உண்மையை மீண்டும் உணர்கிறோம். அதுபோலவே நாவலில் குடும்பங்கள் ஒவ்வொன்றாக வெளியேறிச் செல்வதும் குறிப்புணர்த்திச் சொல்லப்படுகிறது. டீச்சர் தனித்துச் செல்வதும், கௌரி வேலைநிமித்தம் ஊரைவிட்டுச் செல்வதும், விமலாவின் அப்பா ஊரைவிட்டுக் கிளம்புவதும், மீரான்பாய், தேவகி ஆகியோர் சொந்த ஊருக்குப் பயணமாவதும் அவர்களனைவரின் வீழ்ச்சியின் குறியீடாகவே உள்ளன.

யதார்த்த தளத்திலிருந்து மீறிச்செல்லும் சில இடங்களும் நாவலில் உண்டு. தொன்மக்கதையாக நாவலுக்குள் வரும் இரு சம்பவங்கள் அவை. ஒன்றில் ஏழு சகோதரர்களும் அவர்களுடைய தங்கையை (தன்கூந்தலைக் கயிறாக்கி ஓடும் கன்றை அடக்கி நிறுத்துகிறாள்) துருக்க ராஜாவிடமிருந்து காக்கும்பொருட்டு மேற்கொள்ளும் பயணத்தில் அவர்கள் வந்து சேர்வதும் அவர்களே அம்மலையின் பூர்வகுடிகளாக ஆவதுமான ஒரு கதை. மற்றொன்று அவர்களின் தெய்வமான ஹெத்தெயம்மா பற்றியது. மம்மூது வரும் பகுதியெல்லாம் மஞ்சள் பட்டாம்பூச்சி பறக்கிறது.

நாவலில் சிறுவர்களின் விளையாட்டுகள் விரிவாகச் சொல்லப்பட்டிருக்கின்றன. இந்தப் பகுதிகளில் நாவலாசிரியர் தணிக்கையைக் கையாண்டிருக்கலாம் என்றே தோன்றுகிறது. அதுபோலவே சல்லிவன் உருவாக்கிய எதிர்பார்ப்பில் நாவல் நகரும்போது அதற்குப் பிந்தைய பக்கங்களில் வேறொரு உலகம் எழுந்து வருகையில் உருவாகும் ஏமாற்றத்தையும் தவிர்க்க முடியவில்லை. நாவல் ஆசிரியர் அறியாத, உணராத ஒன்று நாவலுக்குள் இல்லை. இதையே இதன் பலமாகவும் குறையாகவும் சுட்டத் தோன்றுகிறது.

மலையும் மலைசார்ந்த இடத்தையும் பற்றிப் பாடுவதைக் குறிஞ்சித் திணை என்கிறோம். அவ்வகையில், ஒரு அர்த்தத்தில் இந்நாவலையும் குறிஞ்சித்திணையின் வகைப்பாட்டுக்குள் வைக்க முடியும். ஆனால் அவ்வாறாக ஒற்றைக் குவிமையமாக ஆகாமல் அதனூடாகப் பல்வேறு மனிதர்களின் பரந்துபட்ட வாழ்க்கையை நோக்கிச் செல்கிறது இந்நாவல். சுவாரஸ்யமான மொழிநடையைக் கொண்டிருக்கும் அதே சமயத்தில் நாவலுக்கேயுரிய கலையமைதியும் அமையப்பெற்ற ஆக்கம் 'வெல்லிங்டன்'.

(06.07.14 அன்று மதுரையில் நடந்த
வலசை உரையாடல் அரங்கில் வாசிக்கப்பட்ட கட்டுரை)

அடவி, டிசம்பர் 2014

சிறுகதை

தூரன் குணாவின் ‘திரிவேணி’

உலகமெங்கிலும் கதைகள் உருவான தோற்றுவாய்க் குறித்த யூகங்கள் பலவாறாக இருக்கக் கூடும். கதை என்ற மொந்தையான ஒன்றை ஏற்றுக்கொள்ள முடியாத மனம்தான் சிறுகதை என்னும் வடிவத்தைப் பற்றி அதில் வகைபேதமான வாழ்வின் சித்தரங்களைத் தீட்டிக்காட்டுவது குறித்து யோசித்திருக்க வேண்டும். அதற்குமுன் அவை பேசுபொருளாகக் கொண்டிருந்தது, ஆள்வோர்களின் வீரதீரப் பிரதாபங்களையும் அவர்களின் பிம்பங்களை மிகைப்படுத்திக் கட்டியெழுப்பிய வரலாறுபோலத் தோன்றக்கூடிய புனைவுகளையும் தான்(வாய் மொழி மற்றும் நாட்டார் கதைகள் விதிவிலக்குகள்.) ஆனால் அவை இங்கு பரிணாமங்கள் பெற்று நிலைகொண்டு ஜனநாயகமானது கடந்த நூற்றாண்டின் தொடக்கத் தில். தமிழில் அப்படிப்பட்ட முதல் அடிச்சுவடு புதுமைப்பித்தனாலேயே வைக்கப்பட்டது. ஆம்! அது மண்ணில் உழல்பவர்களை, அவர்களது வாழ்வின் துயரங்களை, மனிதனது சிறுமைகளை ஆற்றலோடு தன் சிறுகதைகளில் (அதில் நுட்பம் கூடிய போதும் கூடாத போதும்) வெளிப்படுத்திய புதுமைப்பித்தன் என்னும் மேதையின் வருகைக்காகக் காத்திருக்க வேண்டியிருந்தது. அவர் சிறுகதை என்னும் வடிவத்தைக் கைக்கொண்டது தமிழின் நல்லூழ் என்றே சொல்ல வேண்டும். அவர் கோலோச்சி உச்சம் பெற்று, விட்டுச் சென்ற சிறுகதையைப் புதிய தலைமுறையைச் சேர்ந்த ஒருவன் கையிலெடுக்கையில் அவரும் அவருக்குப்

பின்வந்து நின்று நிலைபெற்ற முன்னோடிகளின் ஆக்கங்களும் அவனை நோக்கிக் கையசைக்கும். கண் சிமிட்டும். தன் மடியில் இருத்திக்கொள்ள அழைக்கும். அதிலிருந்தெல்லாம் மீண்டு தனித்துவமான படைப்பாளியாக மலர முயல்வதும், அப்பாதை நோக்கிய பயணத்தில் சுணங்காமல் செல்வதுமே இளம் எழுத்தாளனின் முதன்மையான நோக்கமாக இருக்கமுடியும்.

அவ்வகையில் கவிஞனாக இரு தொகுப்புகளை வெளியிட்டுக் கவனம் பெற்ற தூரன் குணாவின் பதின்மூன்று கதைகள் உள்ளடங்கிய முதல் தொகுப்பு 'திரிவேணி'. வாழ்வின் அனுபவங்களைப் பின்னணியாகக் கொண்டிருக்கும் குணாவின் கதையுலகில் இன்று அரிதாகவே தென்படும் கிராமங்களையும் அதன் வகைமாதிரியான மனிதர்களையும் சில கதைகள் களன்களாக கொண்டிருக்கின்றன. கதையைக் கவிதையிலிருந்து வேறுபடுத்திப் புரிந்துகொண்டிருக்கிறார் என்பதைத் தொகுப்பின் முதல் கதையிலேயே (கொவ்வை படர்ந்த வேலி) வாசனுக்கு உணர்த்திவிடுவதன் மூலம் அவனைத் தொகுப்பிற்குள் முன்னோக்கிச் செல்ல தூண்டுதலை அளிக்கிறார். கொங்கு நிலப்பரப்பின் பிரத்தியேகக் காட்சிகளையும் கதைகளையும் உருவாக்கிய பெருமாள்முருகன், என். ஸ்ரீராம் போல குணாவும் தன் நிலம் பற்றித் தன் திறன்கொண்டு கதைகளை எழுதி யிருக்கிறார். அதில் உழன்று திரிந்த ஒருவன் வேலையின் பொருட்டுக் கணினி மென்பொருளாளனாக வேற்றூரிலும் வேறு தேசத்திலும் சந்திக்கும் அடையாளச் சிக்கல்களையும் சொந்த நிலம் சார்ந்த ஏக்கப் பெருமூச்சுகளையும் குணா தன் கதைகளில் பதிவு செய்யத் தவறவில்லை.

ஏற்கனவே வழங்கிவந்த வடிவங்களிலேயே இச்சிறுகதைகள் நடைபயின்றிருந்தாலும் கூட வெவ்வேறு வயது மற்றும் காலங் களின் நினைவைத் தன் வாழ்க்கைக்குள்ளிலிருந்து கதைசொல்லி மீட்டெடுக்கும் போது அதில் வெளிப்படும் நம்பகத்தன்மை அக்கதைகளோடு ஒன்றச் செய்திருக்கிறது. மேலும் அணையாத சிகரெட் கங்குடன் இத்தொகுப்பிற்குள் உலவித் திரியும் இளைஞன் ஒருவனைப் பின்தொடர்ந்து சென்றால் நம்மிடம் நெருப்புக்குச்சி கேட்டு விடுவோனோ என்னும் அளவிற்கு அதன் நெடியும் சாம்பலும் கதைகளெங்கும் விரவிக்கிடக்கின்றன. குணா காட்டும் கதைகளில் வருபவனின் கூச்சத்திலும் கோபத்திலும் காமத்திலும் இயலாமையிலும் நம்மை அல்லது நம்மில் ஒரு பகுதியைக் கண்டுகொண்டதற்கு பின்னே குணாவின் கதைகளை நோக்கி மேலும் நகர முற்படுகிறோம்.

கே.என். செந்தில்

தொகுப்பில் சிறந்த கதைகளென 'மின்மினிகள் எரியும் மூன்றாம் ஜாமம்', 'சகடம்', 'இருளில் மறைபவர்கள்' ஆகிய கதைகளைக் கூறலாம். குறிப்பிடத்தகுந்த கதை சுக்கிலம்.

திருமணமாகாத இரு முதிர் இளைஞர்களைக் காணச் செல்லும் கதைசொல்லி அவர்கள் முன் பாட்டிலைத் திறந்த பிறகு சகோதரர்களின் வாழ்க்கைக்குள்ளிலிருந்து (அவர்களில் ஒருவன் ஊமை) துயரமும் கோபங்களும் சண்டைகளும் அவர்களது ஆற்றாமையும் வெளிப்படும் முறை கதைக்குப் பலத்தைக் கூட்டுகிறது. நடப்பவை அனைத்திற்கும் சாட்சியாகச் சமாதனப்படுத்துவனாக மட்டுமே கதைசொல்லி இருக்க நேர்கிறது. அந்தத் துயரை வாசகனின் மனதில் கடத்திவிடும்படி அக்கதையின் முடிவை இயல்பாக குணா முடித்திருக்கிறார்.

நோயின் வலியில் கிடக்கும் மாமனையும் ஆரோக்கியமும் மிதப்பும்கொண்ட இளைஞனையும் அருகருகாக வைத்து நகரும் கதை 'சகடம்'. இதற்குள்ளாக உறவுகளின் சுயநலம்சார்ந்த சிறு ஆட்டத்தையும் கண்டுகொள்ளும்படி கதை இருக்கிறது. அவன் வயது சார்ந்த குதூகலங்களும் காமத்தின் ஏக்கங்களுமாக நகரும் கதை இறுதி நோக்கிச் செல்லச்செல்ல நோயின் வாதையை மிகையேதுமின்றிச் சித்தரிப்பதில் கவனம் கொண்டிருக்கிறது. இக்கதைக்குள்ளும் சரி பிற கதைகளிலும் சரி பிரத்தியேகப் பாத்திரம் தனிமையோடிருக்கிறது அல்லது தனித்து விடப் படுகிறது. அதுபோலவே சுயகேள்விகளின் பிடிக்குள் கிடந்து மருளும் ஒருவனையும் அடிக்கடி காண முடிகிறது. புறவெளி யின் காட்சிகளை (சில இடங்களில் தேவையில்லாமலும்) குறிப்பெடுத்துச் செல்லும் குணா அது அகத்தின் ஏதோ ஒரு புள்ளியின் பிரதிபலிப்பாகவே ஆக்கிறார் என்பதைப் புரிந்து கொள்ள முடிகிறது.

காமத்திற்கான ஏக்கமும் அது சார்ந்த விழைவும் பெரும்பா லான கதைகளின் அடியில் ஓடிக்கொண்டே இருக்கின்றன. அந்த விழைவை அனுபவமாக மாற்றிக்கொள்ள முடியாமல் அவனுடைய கூச்சம் குறுக்கே சுவரென நிற்கிறது. அதன் சாட்சியாக 'இருளில் மறைபவர்கள்' கதையைக் கூறலாம். அது கைகூடும் போது சற்றும் எதிர்பாராத ஒன்றைக் காண நேர்கிற அந்த இளைஞன் தான் கூடித் தனித்திருக்க அழைத்துச் சென்றவளை, கூட்டிச் சென்றபடியே ஆனால் அதற்குரிய பணத்தைக் கொடுத்து இறக்கிவிட்டுச் செல்கிறான். இக்கதையை வாசிக்கும்போது இக்கதைக்கருவுக்கு சம்பந்தம் இல்லையென்றாலும் இவளை

விடவும் உற்சாகம்மிக்க ஒருத்தியை நண்பர்கள் சூழ்ந்து வெளியிடத்துக்கு கூட்டிச் செல்லும் ஜெயகாந்தனின் "எங்கோ யாரோ யாருக்காகவோ" நினைவுக்கு வந்தது. அவருடைய சிறந்த கதைகளுள் ஒன்று அது.

'சுக்கிலம்', தொகுப்பின் பிற கதைகளிலிருந்து முற்றிலும் வேறுபட்ட ஆனால் வித்தியாசமான கதை. தன் விந்துவைப் பரிசோதனைக்கு அனுப்பி அதன் வீர்யத்தைச் சோதனை செய்ய முடிவெடுத்தவனின் மனநிலையையொட்டி பின்னப்பட்டிருக்கும் இக்கதையில் அதனால் நேரும் கோபங்கள், எரிச்சல், ஒரு வித பயம் போன்றவை கதைக்குள் கழிவிரக்கத்தைத் தூண்டாதபடி இயல்பாகவும் நேர்த்தியாகவும் சொல்லப்பட்டிருக்கின்றன. குறிப்பாக அதன் சாதகமான முடிவை அறிந்துகொண்ட பின் மனம் இலகுவாகி அவன் சிகரெட் பற்றவைப்பதும் அத்துடன் கதையை முடித்திருப்பதையும் சொல்லலாம். இதே போன்றதொரு கருவை அடிப்படையாகக் கொண்டு எழுதப்பட்ட ஈழத்துச் சிறுகதையாளர்களில் கவனிக்கப்பட வேண்டிய ஆசிரியரான சாந்தனின் 'நீக்கல்கள்' இன்னும் உக்கிரம் கொண்டது.

தொகுப்புக் கதைகளுக்குள் பெரும்பாலானவற்றில் ஆச்சரிய மான ஒன்றை உணர முடிந்தது. அது கதையைக் கொண்டு செலுத்துபவன் அல்லது ஆதாரப் புள்ளியாக இருப்பவனின் பெயரே இல்லை. "அவன்", "இவன்" என்றோ தன்னிலையாகவோ தான் எழுதப்பட்டிருக்கிறது. இதற்கு முன்னோடியாக மௌனியைச் சொல்லலாம் என்றாலும் அவருடைய கதைகளின் பொதுப்பெயராக "சேகரன்" ஆங்காங்கே தலை காட்டும். இதில் அதுவும் இல்லை.

தொகுப்பில் சில கதைகள் முடிவுகளின் பலவீனம் காரண மாக அது சென்று அடைந்திருக்க வேண்டிய இடங்களை இழந்திருக்கின்றன. 'திரிவேணி'யை அப்படி முடித்திருப்பது கதையை எங்கும் கொண்டு சேர்க்கவில்லை. அது போலவே 'கர்ண மகாராசா.' இயல்பாகச் சென்றுகொண்டிருக்கும் கதையின் நடுவே அக்கதைக்குச் சம்பந்தமேதுமில்லாத புதிய டெக்னிக்கை பிரயோகித்து முடித்திருக்க வேண்டியதில்லை. இன்னும் சற்று முயன்றிருந்தால் இப்போதிருப்பதை விடவும் நன்றாக வந்திருக்க வேண்டிய கதை 'கைக்கிளைச் சிலுவை.' எவ்வளவு முயன்றும் 'குளம்படி நிலம்' என்னும் கதைக்குள் புகவே முடியவில்லை. செயற்கையாக உருவாக்கப்பட்ட அல்லது திருகப்பட்ட மொழிநடையில் எழுதப்பட்ட கதையாகவே தோன்றுகிறது. இது என் தனிப்பட்ட வாசிப்பு சார்ந்த முடிவுதான். வேறு ஒருவருக்கு முக்கியமான கதையாக படக்கூடும். 'மின்மினிகள்

எரியும் மூன்றாம் ஜாமம்' என்னும் கதையின் தலைப்பு கோணங்கி தன் கதைக்கு வைக்கும் தலைப்புபோல இருக்கிறது. 'கள்ளம், கார்ப்ரெட்' ஆகிய கதைகள் வலுவானதாக இல்லை.

இத்தொகுப்பிலுள்ள பெரும்பான்மையான கதைகள் யதார்த்தக் கதை சொல்லல்முறையைக் கொண்டிருக்கின்றன. இவற்றில் செறிவும் அக்கருப்பொருட்களுக்குரிய ஆழமும் கூடுகையில் குணாவின் கதையுலகம் மேலும் முக்கியத்துவ முடைய ஒன்றாக ஆகக்கூடும். அத்தகைய கதைகளை எழுதக்கூடு மென்பதற்கான தடங்களைத் தன் முதல் தொகுப்பில் வாசக னுக்குக் காட்டியிருக்கிறார்.

புத்தகத்தின் சாரத்தை நவீன மொழியில் உணர்த்தும் பின் அட்டைக் குறிப்புகள் எழுதப்படும் காலத்தில் அவ்வாறான குறிப்பிற்குப் பதில் கதையின் தலைப்புகளை அச்சிட்டிருப்பது ஏமாற்றத்தை அளித்தது. நூலிற்குள் கதைகளுக்கான பொருளடக்கமோ ஆசிரியரின் குறிப்புகளோ இல்லை. இவ்வாறான பிழைகள் எளிதாக களைந்திருக்கக் கூடியவை.

(31.08.2014 கோவை இலக்கியச் சந்திப்பு நிகழ்வில் வாசிக்கப்பட்ட கட்டுரை)

மணல் வீடு, இதழ் 22

ரேமண்ட் கார்வரின் வீட்டின் அருகில் மிகப்பெரும் நீர்ப்பரப்பு
'ஒரு பெரிய, நல்ல காரியம் . . .'

"முக்கியமாக நாங்கள் கண்டுணர்ந்தது: வாசிப்பு எவ்வளவு மேலோட்டமானது என்பதை, யதார்த்தவாதம் எவ்வளவு வீரியமான கதை சொல்லல் முறை என்பதை, நன்றாக எழுதப்பட்டால், சிறுகதை எத்தனை அபாரமான வடிவம் என்பதை."

– நூலின் முன்னுரையிலிருந்து . . .

ஏற்கனவே இருந்துகொண்டிருக்கும் ஆக்கங்களின் உள்ளடக்கப் போதாமையை, அவை காலத்தின் முதுகிலேறி அமர முடியாமல் படும் சிரமங்களைக் கண்ட மனம்தான் முதலில் மொழிபெயர்ப்பு என்னும் 'கூடு பாயும்' வித்தையை நிகழ்த்தியிருக்க வேண்டும். நம் படைப்புச் செயல்பாட்டின் மீதான அதிருப்தி அதை முன்னெடுத்துச் செல்வதற்கான முனைப்பு என்றும் இதைக் கருதலாம். நாவலை எவ்வாறு மேற்கிலிருந்து பெற்றோமோ அதேபோலத்தான் சிறுகதையையும். அதன் வடிவம், மொழி, கூறுமுறை, உத்தி போன்றவை ஒரு சிறுகதைக்கு அளிக்கும் பங்கு அளப்பரியது. ஆனால் அதற்குள் அனுபவங்களைச் சொல்வதிலுள்ள நுட்பம், வாழ்க்கை மீதான தனித்த நோக்கு போன்றவற்றை எவரிடமிருந்தும் கடன் பெற்றுவிட முடியாது என்ற போதிலும் அதில்

கே.என். செந்தில்

நம் இலக்கிய முன்னோடிகளின் சாயல் ஏதோ ஒரு விதத்தில் விழுந்திருப்பதைப் போலவே வேற்று மொழி ஆக்கங்களின் மீதான வாசிப்பு சார்ந்த பிரதிபலிப்பிலிருந்தும் தப்ப முடியாது. ஆச்சரியமாக இங்கு இருவேறு தேசத்து இலக்கியங்களே கோலோச்சியிருக்கின்றன. பிற தேசத்து இலக்கியங்களின் பெயர்ப்புகள் உண்டென்றாலும் ரஷ்ய, இலத்தீன் அமெரிக்க இலக்கிய மொழியாக்கங்கள் போல அவை பெரும் வீச்சாகப் பரவவில்லை (விதிவிலக்குகள் காம்யூவின் 'அந்நியன்' மற்றும் காஃப்காவின் 'விசாரணை').

ரஷ்ய, இலத்தீன் அமெரிக்க இலக்கியங்கள் தமிழ் வாழ்க்கை யோடு கொண்டிருந்த ஒரு வித நெருக்கத்தையே அதற்குக் காரணமாக கூறலாம். ஐரோப்பிய மொழியிலிருந்து க.நா.சு மொழிபெயர்க்கத் தேர்ந்தெடுத்த படைப்புகளை நோக்கினால் அவரின் கவனம் விழுந்ததும் இந்தக் கூறின் மீதுதான் என்பது தெரியவரும். வாசகனுக்கு மனவிலகலையோ, இது தனக்கானது அல்ல என்னும் அந்நியத்தன்மையையோ, ஒவ்வாமையையோ ஏற்படுத்தாத மொழிபெயப்புகளே தமிழில் நிலைபெற்றிருக்கின்றன. போதுமான புகழும் போதிய ஆதாயமும் கிடைக்காத இத் துறைக்குத் தங்கள் இதயத்தையும் நேரத்தையும் அளித்து இலக்கியத்தின் நுரையீரலுக்குப் புதிய காற்றைக் கொண்டுவந்து சேர்க்கும் இவர்களை 'அர்ப்பணிப்பாளர்கள்' என்னும் சொல்லால் அழைக்கவே விரும்புகிறேன். பொறுப்புணர்ச்சி அற்றவர்களையும் தன் மேதைமையைக் காட்ட இந்த உலகத்திற்குள் நுழைந்து உலவித் திரிபவர்களையும் மறந்துவிடுவோம். ஏனெனில் பெயர்க்கப்படும் ஆக்கத்திற்கு அதன் மொழிபெயர்ப்பாளன், அவனாகவே எடுத்துக்கொண்ட சிறிதளவு சுதந்திரத்துடன் எவ்வளவு விசுவாசமாக இருக்கிறானோ அதைவிடவும் அந்த மொழிபெயர்ப்பு நிகழ்ந்த மொழியின் வாசகன் அவனுக்கு நன்றி உடையவனாக இருப்பான். அந்த வகையில் கார்வரோடு இணைந்து இந்த நான்கு மொழிபெயப்பாளர்களும் உருவாக்கியிருக்கும் இந்த 'கதீட்ரல்' வாசகனை மனச்சலனங்களுக்கு உட்படுத்தும் அதே வேளையில் அவன் மனதிலிருக்கும் யதார்த்தம் பற்றிய இளப்பமான பார்வையை மறுபரிசீலனை செய்யத் தூண்டுகிறது.

பதின்மூன்று கதைகளை உள்ளடக்கியிருக்கும் ரேமண்ட் கார்வரின் இக்கதைகள், ஒவ்வொரு காலகட்டத்திலும் அவரின் புனைகதைகள் அடைந்த மாற்றங்களையும் செறிவையும் குறுக்குவெட்டாக இல்லாமல் நேரடியாகவே காட்டும் தொகுப்பு ஆகும். அதற்கேற்ப சிறுகதைகளைத் தேர்ந்தெடுத்திருப்பது போலவே அவை காலவரிசைப்படியும் அமைக்கப்பட்டிருக்கின்றன. வாசகனை மருட்டும் அல்லது நெற்றி நரம்புகள் புடைக்கச்

விழித்திருப்பவனின் கனவு 117

செய்யும் மொழிநடை அல்ல கார்வருடையது. வர்ணனைகளையும் விட்டு விலகி நிற்பது; எனவே எளிமையானது. ஆனால் ஆழம் மிக்கது. உட்பொருட்களையும் ரகசிய கதவுகளையும் தன்னகத்தே கொண்டது. பழகிப்போன ஒரு சொல்லை எங்கு எவ்வாறு பயன்படுத்தினால் அது எப்படி ஒளிரும் என்பதை அறிந்து வைத்திருப்பவர் இவர். ஒரு வாக்கியத்தில் அல்லது சிறு உரையாடலில் கார்வர் இட்டுச் செல்லும் வழித்தடங்கள் நம் மனதைக் கிளறக் கூடியவை. சொற்களை விரயமாக்காமல் சிக்கனமும் செட்டான சித்திரிப்பு மொழிநடையும் கொண்டவை கார்வரின் கதையுலகம். அதனால்தான் அவரால் நாவல் எழுத முடிந்திருக்கவில்லையோ என நினைக்க வைக்கிறது. ஏனெனில் எளிமையாகத் தோன்றக்கூடிய இந்த யதார்த்தக் கதைகளைத் தான் கார்வர் இருபது முறை திருத்தி எழுதியதாக செங்கதிரின் முன்னுரையில் ஒரு வரி வருகிறது. இருபது முறை என்பது திருத்தம் அல்ல, செதுக்கல். தமிழில் இன்னும் தன் எழுத்தைத் திருத்துவது இருந்துகொண்டிருக்கிறது. ஆனால் செதுக்கல் அனேகமாக இல்லை என்றே தோன்றுகிறது.

சிறிய கதைகளும் (இரு பக்கங்கள்) சிறுகதைகளும் நெடுங் கதைகளுமாக விரவிக்கிடக்கும் இத்தொகுப்பைக் கவனமாகப் படித்தால் 1980க்குப் பிறகு கார்வர் எழுதிய கதைகள்தான் அவரது ஆளுமையை நமக்கு உணர்த்துகின்றன என்பது புரியவருகிறது. அதற்கு அக்கதைகளிலுள்ள செறிவும் சொல்முறை சார்ந்த கவனமுமே காரணம். தன் முந்தைய கதைகளிலேயே அவர் காட்டியிருக்கும் உலகை அதன் பிறகு இன்னும் அருகாகப் போய் மனங்களின் புரிபடாத்தன்மையை அதன் நிழலாட்டத்தை வெவ்வேறுப் புள்ளிகளில் தொட்டுக்காட்டும் கார்வர் அதில் தன் சொந்த வாழ்க்கையின் சில பக்கங்களைப் புனைகதைகளுக்கே உரித்தான வெளிப்பாட்டு அமைதியுடன் முன்வைக்கிறார். அந்தப் புள்ளிகளைத் தன் வாசிப்பின் வழியே இணைத்துப் புரிந்துகொள்ளும் மனம் சில தருணங்களில் மனநகர்வுக்கு ஆட்படுவதைத் தவிர்க்க முடியாது என்றே படுகிறது.

இயல்பும் யதார்த்தமும் கொண்ட ஆனால் நுண்ணிய அவதானிப்புகளால் நேர்த்தியான மொழியில் உருவாக்கப் பட்டிருக்கும் ‘கதீட்ரல்’, ‘ஒரு சிறிய – நல்ல காரியம்’, ‘ஜுரம்’ ஆகிய கதைகள் ஆகச் சிறப்பான வாசிப்பனுபவத்தைத் தருகின்றன. அதிலும் முதலிரு கதைகள் காய்ந்துபோன சருகுகளால் மூடிக்கிடக்கும் மனச்சுனையைத் தூண்டிப் படைப்புக் கனவை உசுப்பக் கூடியவையாக இருக்கின்றன. தன் மனைவியின் (பார்வையற்ற) நண்பனின் வருகையால் ஒருவனுக்குள் உண்டாகும் எரிச்சலை முதலிரு வாக்கியத்திலேயே

கார்வர் நுட்பமாகச் சுட்டிவிடுகிறார். அவனைக் 'குருடன்' என அறிமுகப்படுத்துவதிலேயே அந்த எரிச்சல் வெளிப்பட்டுவிடுகிறது. பின்னர் அவர்களுக்குள் மனதளவில் இணக்கமான நட்பு – குறிப்பாக அந்த எரிச்சல் கொண்டிருந்தவனுக்கு – மெல்ல வளர்ந்த பின்னர் அவனைப் 'பார்வையற்றவன்' என்ற சொல் கொண்டே அழைக்கிறான். 'குருடன்' என்னும் கடுஞ்சொல் பின்னர் மிதமான சொல்லாக ஆகிவிடுவதை வைத்தே அவர்களுக்குள்ளிருக்கும் உறவின் இடைவெளி வெகுவாகக் குறைந்துவிட்டிருப்பதை கார்வர் உணர்த்திவிடுகிறார். இதன் மூலம் ஒரு சொல்லுக்குப் பின்னிருக்கும் அர்த்தங்களுக்கு அவர் அளித்திருக்கும் முக்கியத்துவத்தை அறிய முடிகிறது. அதைக் கச்சிதமாக தமிழில் பிடித்து இக்கதைக்குள் கொண்டு வந்திருக்கும் செங்கதிர் அதன் மூலம் கதையுடனான நம் பயணத்தின் தொலைவை அதிகமாக்குகிறார். அவ்விருவருக்குமான சிறுசிறு உரையாடல் மூலம் மேலும் அவர்கள் நெருக்கமாகி எழுப்பும் 'கதீட்ர'லை காணும் வாசகன் சில கணநேர மௌனத்திற்குப் பின்னர் தன் மனதிற்குள்ளாக எழுப்பும் கதீட்ரல் அதற்கு நிகராக மேலெழுவதை அவனே வியப்புடன் உணரக்கூடும்.

தன் மகனது பிறந்த தினத்துக்கு கேக் ஆர்டர் செய்வதிலிருந்து எளிமையாகத் தொடங்குகிறது 'ஒரு சிறிய, நல்ல காரியம்'. உள்ளூர உணர்ச்சிகளை அடக்கிக் கட்டுக்குள் வைத்திருக்கும் தம்பதியினரின் துயரை (அந்த மருத்துவரும்கூட அதைக் காட்டிக்கொள்வதில்லை) அவர்களுடைய மனதின் திரிபுநிலையில்கூட அடங்கிய தொனியில் ஆனால் வாசிப்பவனுக்கு ஆழமான மனவலியை ஏற்படுத்திவிடுமளவிற்கு கார்வரால் இக்கதை எழுதப்பட்டுள்ளது. புற உலகின் காட்சிகளை வெகுதுல்லியத்துடன் ஆனால் அளவெடுத்த சொற்களில் அவர் தீட்டுவதைக் கண்டு இந்த கதையை கார்வர் எத்தனை முறை திருத்தி எழுதியிருப்பார் என்ற கேள்வியே முதலில் வந்தது. அந்த அளவிற்கு கட்டுக்கோப்பான நடையைக் கொண்ட கதை இது. மிகை உணர்ச்சிக்கு அதிக அளவில் இடமிருக்கும் ஒரு கதையில் அதற்கு இடந்தராமலும் அதை வைத்துக் கண்ணீரால் பக்கங்களை நனைக்காமலும் கார்வர் நகர்த்திச்சென்றாலும் கூட இக்கதை தரும் பாதிப்பு வலிமையானது. அவளுடைய மொத்தக் கோபமும் இயலாமையும் அந்த தொலைபேசித் தொல்லையாளனான ரொட்டிக்கடைக்காரனிடம் ஒற்றை வசவுச் சொல்லால் (தேவிடியாப் பையா!) வெடிப்பதில் சமநிலையோ அல்லது போலியான சமாதானமோ அடைகிறது. சம்பிரதாயமாக இல்லாத இந்தக் கதையின் முடிவுக்கு அருகே கதையின் தலைப்பைக் கொண்டுவந்து வைத்ததும் அந்தத்

துயரின் அளவு மேலும் உயர்ந்துவிடுவதைக் கண்டேன். எம். கோபாலகிருஷ்ணனின் தேர்ச்சிமிக்க மொழிபெயர்ப்பே இக்கதை மனதைவிட்டு அகலாதிருப்பதற்குக் காரணமாக இருக்க முடியும்.

தமிழ் வாசகனுக்கு அந்நியமாகத் தோன்றக்கூடிய ஒரு வாழ்க்கை முறையையொட்டி எழுதப்பட்டுள்ள 'ஜுரம்' வாசகனுக்கு மனத்தொந்தரவைத் தோற்றுவிக்கும் கூறுகள் நிரம்பிய கதை. குழந்தைகளை விட்டுவிட்டு வேறொருவருடன் வாழச் சென்றுவிட்ட மனைவி அவளின் முந்தைய கணவனோடு சுமுக உறவை மேற்கொள்ளும் பொருட்டு தொலைபேசியில் பேசுவது வாசகனுக்கு அசூசையையும் 'என்ன இது?' என்ற கோபத்தையும் உருவாக்கிவிடுகிறது. இதுபோன்ற ஒரு கதையோ அதற்குள் செயல்படும் மனமோ தமிழில் இந்த அளவிற்குச் சாத்தியமில்லை. ஆனால் கார்வர் அவருக்கேயுரிய கதை சொல்லும் பாணியில் அந்த ஜுரத்தைப் படிப்பவனுக்கும் கடத்திவிடுகிறார்.மொழிபெயப்பாளர் விஜய ராகவன் சரளமாக இக்கதையை மொழிபெயர்த்திருக்கிறார்.

'எங்கிருந்து அழைக்கிறேன் நான்' மற்றும் 'பெட்டிகள்' ஆகியவை தொகுப்பின் சிறந்த கதைகள். விஸ்தாரமான தமிழ்ச் சிறுகதைப் பரப்பில் வேறு தொனியில் ஏற்கனவே எழுதப்பட்டுவிட்ட கதை போல 'அவர்கள் யாரும் உன்னுடைய கணவர்கள் இல்லை' சிறுகதை இருக்கிறது. ஆனால் வேறொரு முறையில் வேறொரு அர்த்தத்தில் தமிழுக்கு இக்கதை அவசியமானது. சற்றே பெரிய விஷயமொன்றைச் சிறிய உடலுக்குள் அடக்கிக்கொண்டிருக்கும் கதை 'அற்ப விஷயங்கள்'. *'Little things'* என்னும் ஆங்கிலத் தலைப்பை 'அற்ப விஷயங்கள்' என மோகனரங்கன் தமிழ்ப் படுத்தியிருப்பது இந்த மொழிபெயர்ப்பாளர்களின் மீதான நம்பிக்கையை உறுதிப்படுத்துகிறது. தொகுப்பின் ஒட்டுமொத்த தொனிக்கும் பொருந்தாத சிறுகதை செக்காவின் இறுதிநாட்களை அடிப்படையாக் கொண்டு கார்வர் எழுதியிருக்கும் 'சின்னஞ் சிறு வேலை.' செக்காவின் மீதான கார்வரின் மதிப்பைக் காட்டும் இக்கதை அவரது இறுதிக் கதையாக அமைந்துவிட்டிருக்கிறது. அதேபோல கார்வரின் மீது கதை தேர்வாளர் செங்கதிர் கொண்டிருக்கும் மதிப்பே இக்கதை தேர்வு செய்யப்பட்டதற்கான காரணமாக இருக்கக்கூடும்.

மதுவும் புகையும் ரேமண்ட் கார்வரின் கதையுலகில் நிறைந்திருக்கின்றன. எளிமையானவர்களால் சூழப்பட்டிருக்கும் இக்கதையுலகம் அவர்களை மேலும் நெருங்கிச் சென்று காட்ட முயல்கிறது. எனவேதான் குடிநோயாளிகளும் புகைப்போக்கியைத் துப்புரவு செய்பவர்களும் ('எங்கிருந்து அழைக்கிறேன் நான்?')

மதுவை வெகு இயல்பாகத் தண்ணீர்போல உபயோகிப்பவர்களும் ('கதீட்ரல்'), விடுமுறை தினத்தில் மீன்பிடிப்பவர்களும் ('வீட்டின் மிக அருகில் மிகப்பெரும் நீர்ப்பரப்பு') விற்பனைப் பிரதிநிதிகளும் சிற்றுண்டி விடுதிப் பணியாளர்களும் ('அவர்கள் யாரும் உன்னுடைய கணவர்கள் இல்லை') ரொட்டிக்கடைக்காரர்களும் ('ஒரு சிறிய, நல்ல காரியம்') சகஜமாகப் புழங்குகிறார்கள். இவர்கள் நிம்மதியற்றவர்கள். மணவாழ்க்கையின் மீது கசப்பும் ஒருவித விலகல் தன்மையும் இவர்களுக்கு இருந்துகொண்டிருக்கிறது. அதனால்தான் வேறொரு துணையைத் தேடி இணைந்து கொள்கிறார்கள். பெரும்பாலான கதாபாத்திரங்கள் இளம் வயதிலேயே காதல்கொண்டு மணம்புரிந்து கொள்கிறார்கள். (கார்வரின் முதல் திருமணம் அவரது 18வது வயதில் நடந்ததை இங்கு நினைவுபடுத்திக் கொள்ளலாம்.) பின்னர் சச்சரவிட்டுத் தற்காலிகமாக சமாதானமும் அடைந்துவிடுகிறார்கள்.

குறிப்பிட்டுக் கூறப்பட வேண்டிய மற்றொன்று இந்தத் தொகுதியில் வரும் கார்வரின் பாத்திரங்கள் உள்ளூரப் பதற்றங் களால் சூழப்பட்டவர்கள். குறிப்பாக, பெண்கள். 'பெட்டிகள்' கதையில் வீட்டை மாற்றிக்கொண்டே இருக்கும் அந்த வயதான அம்மாவும், 'ஒரு சிறிய, நல்ல காரியத்'தில் அவர்கள் ரொட்டிக்காரனோடு பேசத் தொடங்குவதும், படுக்கையில் தம்பதிகள் ஓயாமல் பேசியபடியே (இந்தப் படுக்கையை உபயோகிக்கும் யாரும்) இருப்பதும், அந்த ஜுரம் அவனுக்கு விடாமல் அடித்துக்கொண்டேயிருப்பதும் அந்தப் பதற்றத்தின் வெளிப்பாடுகளே." 'வீட்டின் மிக அருகில் மிகப்பெரும் நீர்ப்பரப்பு' நெடுங்கதையில் அதை நேரடியாகவே அந்தப் பெண்ணின் வழி வாசகன் அறிந்துகொள்ள முடியும்.

இந்தக் கதைகளுக்கு கார்வர் வைத்திருக்கும் தலைப்புகள் அதன் கருப்பொருளுடன் இணக்கமான உறவைக் கொண்டிருக் கின்றன. 'எங்கிருந்து அழைக்கிறேன் நான்?' என்னும் தலைப்பு கவிதையொன்றின் அழகிய வரிபோல ஓசைநயத்துடன் மனதில் பதிகிறது. அது போலவே கதையின் முடிவுகள் கூடுதல் அழுத்தத்தைக் கதைகளுக்குத் தருகின்றன.

தமிழ்த்தனமாக மொழிபெயர்ப்பு இருக்க வேண்டும் என்பதற்காக "சாப்பாட்டு ராமன்" என்னும் சொல்லைப் பயன்படுத்துவதில் தவறில்லைதான். ஆனால் பாரதி தன் காதலியை "கண்ணம்மா" என அழைத்தது போலவே அமெரிக்கக் காதலனும் தன் காதலியை அழைப்பது, வாசிக்கையில் ஒரு வகையில் ரசமாகத்தான் இருக்கிறது. ஆனால் நெருடுகிறது. 'கண்ணே ...' என வேறு இடத்தில் உபயோகப்படுத்தியிருக்கும்

இதே மொழிபெயர்ப்பாளர் இங்கு ஏன் கவனிக்காமல் விட்டார் எனத் தெரியவில்லை. அதேபோல சில கதைகளில் அமெரிக்கத் தம்பதிகள் 'கொங்கு தமிழில்' உரையாடிக் கொள்வது கதைக்குள் ஒட்டாமல் விலகியே நிற்கிறது. அங்கு பொதுத் தமிழைப் பயன்படுத்தியிருக்கலாம். மேலும் முன்னுரையில் செங்கதிர் 'காய்ச்சல்' எனப் பெயர்த்திருக்கும் கதை, தொகுப்பிற்குள் 'ஜுரம்' எனத் தலைப்பிடப்பட்டிருக்கிறது.

தமிழில் எளிமையான கதைகளுக்கு உதாரணமாக ஜானகிராமன், கு. அழகிரிசாமி, அசோகமித்திரன் ஆகிய மூவரும் உடனடியாக நினைவுக்கு வருகிறார்கள்.ஆனால் தமிழில் கார்வரோடு ஒப்புநோக்கத்தக்க படைப்பாளி என அசோக மித்திரனைத்தான் சொல்ல முடியும். எளிமையும் ஆழமும் நுட்பமான தளங்களையும் கொண்ட ஆக்கங்களை அதே அளவு தரத்துடன் எழுதியவர் அவர்.

ரேமண்ட் கார்வரின் படைப்பாளுமையைக் காட்டும் வகையில் அவருக்கென்று தனியாகத் தொகுப்பு தமிழில் வந்திருப்பது இதுவே முதன் முறை. இதற்கு முன் கார்வரின் கதைகளை உதிரியாக மொழிபெயர்த்தவர்களின் பெயர்களை முன்னுரையில் குறிப்பிட்டிருக்கும் ஒழுக்கம் மெச்சத்தகுந்தது. இந்நூலின் கதைகளைத் தேர்ந்தெடுத்துத் தொகுத்திருக்கும் செங்கதிர் அதற்கு எழுதியிருக்கும் முன்னுரை விமர்சன ஆய்வு போல அமைந்திருக்கிறது. அதில் வாசகனுக்கு கார்வரைப் பற்றியும் அவரது கதைகளைப் பற்றியும் தொகுக்கப்பட்ட கதைகளின் பின்னிருக்கும் ரசனை பற்றியும் செங்கதிர் பேசியிருப்பது கதைகளுக்குள் நுழைவதற்கு மிக நல்ல தொடக்கமாக அமைந்திருக்கிறது. யதார்த்தவாதம் உறுதிப்பட்டுவிட்ட இப்போதைய காலக்கட்டத்தில் இந்நூல் வெளிவந்திருப்பது ஒரு வகையில் நல்லதுதான். ஏனெனில் அந்த யதார்த்தப் போக்கு இன்னும் அடர்த்தியும் அழகும் கொண்டு மிளிர நால்வரின் அர்ப்பணிப்புமிக்க கார்வரின் இந்த மொழிபெயர்ப்புத் தொகுப்பு பேரளவு துணைபுரியக் கூடும்.

(13.09.2014 அன்று ஈரோட்டில் இலக்கிய சுற்றமும் *காலச்சுவடும்* இணைந்து நடத்திய மொழிபெயர்ப்பு அரங்கில் வாசிக்கப்பட்ட கட்டுரை)

***மலைகள்.காம்,* இதழ் 58**

மனதின் முடிவுறாக் கோலம்

. . .
. . .
மெல்லக் கனவிலாழும்
பெண்களின் கண்களில்
மினுங்குமப்
பொன்னொளிர் மிளிர்வுகள்
ஆடவர் நாம்
ஒரு போதும் காணவியலாத
சுவர்க்கத்தின்
ஒளிநிழலாட்டங்கள்.

– க. மோகனரங்கன் (வளர்ப்பு மிருகம்)

உணர்ச்சித் தத்தளிப்புகளையும் ஆசையின் அலைக்கழிப்புகளையும் வாழ்க்கையின் சுழிப்பு களையும் கொண்டு எழுதப்பட வேண்டிய நாவலொன்று இக்கவிதையை வாசித்து முடித்ததும் மனதில் எழுகிறது. பித்துப்பிடிக்கவைக்கும் அந்த 'ஒளிநிழலாட்டத்தி'ன் வசீகரத்தில் சொக்கிப்போய் சரிந்த ராஜ்ஜியங்களின் வரலாற்றில் சாம்ராட்டுகளின் கிரீடங்கள் அந்தப் பொன்னொளிர் மிளிர்வுக்காகத் தானே தவம் கிடந்தன! 'மாயப்பிசாசு' என பெண்களைச் சொன்னவனும் அறியமுடியாமையின் கரையிலிருந்துதான் சொன்னானோ! அல்லது அதனுள் இறங்கி மூழ்கி முக்குளித்த பின்னும் அறிய முடியாது போன தன் நிர்க்கதியை, ஏமாற்றத்தைத் தான் அவ்வாறு சொல்லி இருப்பானோ? சில ஆண்டுகளுக்கு முன் சுற்றுலாவுக்குச் சென்றிருந்த போது அதிக ஜன சஞ்சாரம் இல்லாத சிறு உணவகத்தில் வண்டியை ஓரங்கட்டினோம். இலை போட்டவரின் பனியனிலிருந்த ஓட்டைகளை எண்ணியபடி தம்ளரில் நீரெடுத்து இலை கழுவிய

நண்பன் வளையொலி கேட்டு கைமுஷ்டியால் இடித்தான். அகன்ற விழியில் கச்சிதமாகப் போடப்பட்ட மையுடன் அப்போது தான் குளித்த சந்தன சோப்பின் மணத்துடன் வந்து இட்லிகளை வைத்தாள். அவன் கண்கள் அவளையும் வாசலில் வெயிலில் காயும் காரையும் மாறிமாறித் தொட்டு மீண்டது. அவள் அவனை அறிந்துகொண்டாள் போலும். முன்னால் விழுந்துகிடந்த ஜடைப்பின்னலை எடுத்து பின்னால் வீசியபடி கண்மணிகளை அவன் மட்டும் அறியும்வண்ணம் கண்களுக்குள்ளாகவே அசைத்து ஒரு வெட்டு வெட்டினாள் (இதைப் பின்னொரு நாளில் அவன் செய்துகாட்டப் பலமுறை முயன்று தோற்றான்.) அவ்வளவுதான். அவன் புத்தி அவளுக்குப் பின்னால் போய்விட்டது. அதன்பின் அவள்முன் சிகரெட்டை மறுத்தான். புதிதாக நடை பழகினான். அவள் கல்லாவுக்கு வந்ததும் பெரிய அலட்டலான தோரணையோடு உண்ட கணக்கை நேர் செய்தான். வேண்டுமென்றே சில்லறை மாற்றினான். வண்டி புறப்பட்டதும் அவன் முதுகில் இல்லாத தூசியை விரட்டுபவனைப்போல அந்த நீலநிறப்புடவை கண்ணில் படுமா என்ற கவலையுடன் திரும்பித் திரும்பிப் பார்த்தபடியே வந்தான். வண்டி குலுங்க அடித்த கிண்டல்கள் அவனை ஏதும் செய்யவில்லை. அவன் மீண்டும் இருமுறை அவளைக் காண வேண்டி அங்கு சென்றுவந்ததாகச் சிறுவிபத்தில் கால்கட்டுடன் கிடக்கும்போது சொன்னான். பல முறை யோசித்ததுண்டு. ஒரு சொல் கூடப் பகிரப்படாத வெற்றுப் பார்வை அவனை மாநிலம்விட்டு மாநிலம் ஓடச் செய்திருக்கிறது! தவம்கிடக்க வைத்திருக்கிறது! விந்தை போலவும், சரிதான் என்பது போலவும் அவ்வப்போதைய மனநிலைக்கு ஏற்ப எனக்குள்ளாகவே பதில்களைச் சொல்லிப் பார்த்துக்கொண்டதுண்டு.

பெரும் அரசியல் கொந்தளிப்புகளையோ நிலை தடுமாற வைக்கும் சமூகப் பிரச்சனைகளையோ அதிகமாகக் கைகொள்ளாத தமிழ்ப் புனைவெழுத்து அதிகபடியாக எழுதிப்பார்த்திருப்பது ஆண்-பெண் உறவுநிலைகளின் வகைபேதமான நிறங்களையும் வசீகரம் குன்றாத அதன் உள்முடிச்சுகளையுமே. குடும்பம்(இந்திய மற்றும்) தமிழ் வாழ்க்கையில் ஒருவன் மேல் செலுத்தும் சாதக பாதக விளைவுகளாலும் அதையொட்டிச் சமூகம் உருவாக்கி வைத்திருக்கும் விழுமியங்களாலும் அவன் மேலதிகமாகவே மன உலைவுக்கு ஆட்படக்கூடும். அந்தப் புள்ளியை வெவ்வேறு வழித்தடங்களின் வழியாகப் போய்த் தொட்டவர்கள், அவ்வப் போது தொட்டுத் திரும்பியவர்கள், அந்த ருசியிலேயே அமிழ்ந்து மீளமுடியாது போனவர்கள் எனப் பலரும் செயல்பட்ட களம் அது. கு.ப. ராஜகோபாலன் கதைகளில் அதற்கான முதல்

கே.என். செந்தில்

சுவட்டினைக் காணநேர்ந்தாலும் அவரை வழிகாட்டியாகக் கருதி எழுதிவந்த தி. ஜானகிராமன் சில ஆண்டுகளுக்குள்ளாகவே அவரை லகுவாகக் கடந்துசென்றிருப்பதை எந்த நுட்பமான வாசகனும் உய்த்துணர்ந்திருக்கக்கூடும். லா.ச.ராவின் 'அபிதா', தி.ஜாவின் 'மோகமுள்' (முதிர்ந்த வாசிப்பில் வேறுவேறான கதவுகளைத் திறந்து செல்லமுடியும்)ளிலிருந்து சமகாலத்திய பிரான்சிஸ் கிருபாவின் 'கன்னி', யூமா. வாசுகியின் 'மஞ்சள் வெயில்' என நீளும் ஆக்கங்களில் பெண் மீதான ஆணின் விழைவுகளை, மனப்புயலை, பேதலிப்புகளை அந்தந்த படைப்பாளிக்கே உரிய வாழ்க்கை மற்றும் இலக்கிய நோக்குடன் அணுகியிருப்பதைக் காணலாம். 'லூசிப்பெண்ணே . . . ரோசாப் பூவே . . !' என நகுலன் நாவல்களில் இடம்பெறும் பெண் சித்திரம் நகுலன்/துரைசாமி/நவீனன் என்போர்களின் மனத்திரிபு நிலைகளே. இவை அனைத்தும் நாவல்கள்.

இரு பெரும் கலைஞர்கள் தங்கள் சிறுகதைகளில் இத்தகு மன அவசங்களை மனதின் உள்ளோட்டங்களைக் கையாண்ட நேர்த்தியின் மீதான வியப்பினாலும் (சிறிது பிசகியிருந்தாலும் வாசகநோக்கு சிதறியிருக்கும்) முடிவற்றுப் பெருகிச்செல்லும் மனக்கோலங்களை அவர்களுக்கே உரிய தனித்தன்மையால் இணைத்திருக்கும் முறையிலிருந்துமே இக்கட்டுரைக்கான முதல் விதை மனதில் விழுந்தது.

அதிக சிலாகிப்புக்கு ஆளாகாத தி. ஜானகிராமனின் 'மனநாக்கு' (*கணையாழி*, நவ. 69) வண்ண நிலவனின் சிறந்த கதைகளுள் ஒன்றெனப் பெயர்பெற்ற 'மனைவியின் நண்பர்' (*தாய்*, 1990) ஆகிய இரு கதைகளுக்கும் எழுதப்பட்ட காலம் சார்ந்த இடைவெளி சற்று மிகுந்திருந்தாலும் இன்றும் இவை இரண்டும் மனம் என்னும் ஆதிகாலப்புதிரின் வெகு சில நுண்ணிய இடங்களைக் குறிப்பாலுணர்த்தும் வல்லமை கொண்டவை. இவ்விரு கதைகளிலும் காணக்கிடைக்கும் முதல் ஒற்றுமையே மைய ஆண் கதாபாத்திரங்கள் இரண்டும் 'பிறர் மனை நோக்கா பேராண்மை'யாளர்கள் அல்லர் என்பதே. ஆம்! வேறொருவரின் மனைவியோடு, அவர்களுக்கு மிக அருகில் இருந்தபடி ரசமான சம்பாஷனையில் ஈடுபட்டு சிற்றின்பத்தில் லயித்துக்கிடக்க விரும்புபவர்கள். அதை பேரின்பமாக மாற்றிக் கொள்ளத் தைரியம் அற்றுப் பரிதவித்துத் தயங்கி அந்தக் கோட்டைத் தாண்டிச் செல்ல முடியாமல் மனநடுக்கத்தோடு திரும்பிச் செல்பவர்கள் அவர்கள். இதற்கான தூண்டிலை மிகநுட்பமாக அவர்களை நோக்கி வீசுபவர்களாகப் பெண்கள் இருக்கிறார்கள். அப்பெண்களும் அந்த வேட்கை, கரை மீறிச் செல்ல அனுமதிப்பதில்லை. என்றபோதிலும் அதற்கான

முதல் அடிவைப்பு ஆண்களுடையதாக இருக்க வேண்டும் என்னும், அதற்கான சமிக்ஞைகளை மட்டும் பெண்கள் அளிப்பார்கள் என்னும் பெண்மனம் குறித்த அவதானிப்பைக் கதையோட்டத்தின் அடியில் எளிதில் புலப்படாதவாறு உணர்த்திக்காட்டப்பட்டிருக்கிறது. மேற்கண்ட இரு கதைகளின் கருப்பொருளைக் கையாள்வதென்பதைப் பழைய பழகிய உவமையில் சொல்வதென்றால் 'கத்தி மேல் நடப்பது போல' எனலாம். ஆனால் பளபளப்பும் கூர்மையும் கண்ணைப் பறிக்கும் அழகும்கொண்ட கத்தி. இந்த இரு படைப்பாளிகளும் தங்கள் கலைத் திறனால் மனங்களின் உள்ளே நொதித்துக்கிடப்பவற்றில் சிலதையேனும் பிளந்துவைக்கிறார்கள்.

அபாரமான அழகுணர்ச்சியும் சொல்லிச் சொல்லிச் செல்வதில் பெருவிருப்பமும் உடையவர் தி. ஜானகிராமன். தி.ஜாவின் மொத்த கதைத் தொகுதிக்கு எழுதிய முன்னுரையில் "லா.ச.ரா இயல்பிலேயே அழகானதை ஆராதனை செய்யும்போது, ஜானகிராமன் தன் ஆராதனை வழியாகவே ஒன்றை அழகானதாக ஆக்குகிறார்" என்னும் நுட்பமான அவதானிப்பை முன்வைக்கும் கவிஞர் சுகுமாரன், "அந்த அழகின் ஆழத்தின் மனதின் ஆதார உணர்வுகளின் சிக்கல்களும் மோதல்களும் கிடக்கின்றன.அழகை விரும்பி வாசிப்பவனுக்குக் கதை ஜனரஞ்சக சுவாரஸ்யமுள்ளதாகவும், ஆழத்தை உணர்பவனுக்கு இலக்கிய நுண்மை கொண்டதாகவும் ஆகிறது" என மேலும் நகர்ந்துசெல்லும்போது அவ்வரிகளை மனதிற்குள் தலையசைத்து ஏற்கிறோம். இந்த மதிப்பீட்டைக் கவனமாகக் கருத்தில்கொள்வது தி. ஜானகிராமனின் படைப்புலகை அணுக வாசகனுக்குப் பெரிதும் துணைபுரியும். அதுபோலவே பெண்களின் பாத்திரவார்ப்பு குறித்து மிக அதிகப் பக்கங்கள் எழுதப்பட்டது தி.ஜாவின் பெண்களைப் பற்றி மட்டுமாகவே இருக்கக்கூடும்.

தலைநகர் டெல்லியில் நிகழும் கதை 'மனநாக்கு'. தலைப்பிலேயே கதையின் உட்பொருளை உணர்த்திவிடுகிறார். ஆம். மனம்தான் ஓயாமல் பேசிக்கொண்டே இருக்கிறது. மோகித்துக் கிடக்கிறது.சமத்காரமான (அல்லது இயல்பிலேயே அமைந்துவிட்ட) மொழியால் பாத்திரங்களின் உரையாடல்கள் வழி நம் கண்முன் நிகழ்ந்துகொண்டிருப்பதாக எண்ணச்செய்யும் அளவிற்குக் காட்சிகளை உருவாக்குபவர் தி.ஜா. அவள் (மாலி) மீதான மனக்கூவலை மென்று விழுங்கி மோகத்தின் அலையில் கை அல்ல கால் கூட நனைக்க முடியாமல் ஆற்றாமையுடன் தன் ஸ்திதி பற்றிய சுயபச்சாதாபத்தால் நொந்து திரும்புகிறவனின் கதை இது. சிணுங்கலும் பொய்க்கோபமுமாகத் தொலைபேசி உரையாடலில் தொடங்குகிறது கதை. மாலி பேசுகிறாள், குறித்த நேரத்திற்குள்

வருவதில்லை என்ற செல்லச் சண்டையுடன். 'ஆறரைக்குச் சரியாக வருவேன்' என்ற உறுதியை அவனிடம் வாங்கிய பின்பும் அவள் அவனைச் சோதிப்பதற்காக அவன் வருகையை நிச்சயம் செய்ய அவன் மீதான தன் ஆளுமையைப் பரிசோதிக்க நேரம் தவறினால், 'ஆறு மாசம் போனைத் தொடமாட்டேன்' என்ற பிறகு திருப்தியில்லாமல் 'டயத்துக்கு வரது நிச்சயமில்லன்னா பரத நாட்டியத்துக்கு சினேகிதி கூப்பிட்டிருக்கா' என்கிறாள். பிறகென்ன? 'வருகிறேன்' என்கிறான். மானசீகமாக நெடுஞ் சாண்கிடையாக விழுந்தாகிவிட்டது. ("அப்போதே அவன் கை கால்கள் எல்லாம் பரபரவென்று பரக்கத் தொடங்கிவிட்டது".) பிறகுதான் அதுவரை மறைத்துவைத்த அஸ்திரத்தை வெளியே எடுக்கிறாள் மாலி.

"அவரும் ஊரிலே இல்லயா . . ."

"அப்படியா"

"ஆமா?"

"எங்கே"

"நாக்பூருக்குப் போயிருக்கார். நாளன்னிக்குக் காலமேதான் வறார். சித்த ஆற அமரப் பேசலாம்ன்னுதான் சுருக்க வரச் சொல்றேன்."

நாளை மறுநாள் வரப்போகிற செய்தியைச் சொல்லிவிட்டு, சீக்கிரமாக வரவும் ஒப்புதல் பெற்று விட்டு, இத்தனையும் ஆற அமர பேசுவதற்கு என்கிறாள் மாலி.

பேசுவதற்காம்! பேதைகளாக்கி அலைய வைத்தது போதாதா! ஒருவேளை உண்மையாக இருக்கக் கூடுமோ! பார்த்தாலே பசி தீரும் என்கிறார்களே! சரிதான். எந்தப் பசி? தி.ஜா.வைக் கேட்டால் அவரது காணக்கிடைக்கும் ஒன்றிரண்டு புகைப்படங் களில் சிரிப்பதை விடவும் மென்மையாகச் சிரிக்கக்கூடும்.

அந்த அழைப்பினால் அவன் "எலும்புக்குள்ளும் தசைக் குள்ளும் மண்டைக்குள்ளும் தளதளவென்று குதிக்கத் தொடங்கிய பொங்கல் அடங்கவில்லையாம்." ஏனெனில் எட்டுவருஷக் காத்திருப்புக்குப் பின் கிட்டிய 'தோற்றமாக இல்லாமல் பிரமையாக இல்லாமல் – நாளைக்கு' நடந்துவிடக்கூடும் என எண்ணுமளவிற்கான பொன்னாள். சட்டென்று இரண்டு கிளைக்கதைகள் நோக்கிச் செல்கிறார் ஜானகிராமன். எங்கும் சற்றே நிதானமாக நின்று உலாவிச் செல்வது அவரது வழக்கம். அது வாசகனுக்கு சலிப்பை ஏற்படுத்துவதுமில்லை. முதலாவது அவரது சொந்த மண்ணான தஞ்சாவூரில் அவனது 'இண்டர் மீடியர் பரீட்சை' முடிந்த சமயத்தில் நடக்கிறது. இங்கு (டெல்லி)

நிகழ்ந்துகொண்டிருப்பது போலவே பெண் மீதான மோகத்தில் அலைந்து ஒரு கட்டத்தில் பயந்து போய் பின்வாங்குகிறான். மாலியைப் பார்க்கப்போகிற மன அவதியில் ஆட்டோ கிடைக்காமல் சீக்கியன் உதவ அவனது ஆட்டோவில் தொற்றி ஏறிச் செல்லும்போது நிகழ்வது மற்றொன்று. ஆச்சரியமான விஷயம் என்னவெனில் பெண்களின் வடிவைக் கச்சிதமான வர்ணனை மற்றும் விவரணையால் வாசக மனதில் துல்லியமாக எழுப்பிக் காட்டும் தி.ஜா இக்கதையில் மாலியின் அழகை, வடிவத்தைக் குறிப்பிடுவதில்லை. மாறாகக் கிளைக்கதையில் வரும் பெண்களின் சித்திரத்தை நறுக்குத் தெறித்தாற்போலக் காட்டுகிறார். தஞ்சாவூர்ப் பெண்ணைக் "கொஞ்சம் உயரத்தோடு ஒரு துளி புருஷக்களை – முகத்திலும், தோள் முதுகு அகலத்திலும் இந்த புருஷக்களைப் பொம்மனாட்டிகளுக்கு எவ்வளவு கவர்ச்சி!" என்றும், சீக்கியனின் மனைவி பற்றி "தலையில் முக்காடு. மாநிறம். நல்ல பாஞ்சாலக்கட்டு உடல். வலுவும் ஆவேசமும் இளமையும் பதுங்கித் தெறிக்கும் கட்டு" என்றும் பாத்திரங்களின் மயிர்க்காலைக் கூட அழகியலோடு அணுகும் தி.ஜா அவனை வதைக்கும் மாலியின் உடல்பற்றி எந்தக் குறிப்பையும் எழுதியிருக்கவில்லை.

ஆனால் அவனது மனநாக்கு மட்டும் ஓயாமல் அவளைப் பற்றிப் பேசுகிறது. ஓரிடத்தில் மட்டும் சிறு குறிப்பு வருகிறது. "என் அங்கவஸ்திரத்தின் மீது உன் தந்தக் காலை வைத்திருக் கிறாயே . . . என் மேல் போடுவதாகத் தானே பாவனை." இதை வைத்து அவரது – ஒரு சிலர் தவிர்த்து – பெரும்பாலான பெண்களைப் போலவே மாலியும் வெண்நிறத்தவள் தான் என யூகிக்கலாம். மனிதனை நோக்கி அவனின் காருண்யத்தை நோக்கிச் செல்லும் இடத்திலிருந்து அவன் முந்தைய மன அவசங்கள் தற்காலிகமாக நீங்கியவனாக ஆகிறான். அவனுக்காகவே திரும்பி வந்து டாக்ஸியில் ஏற்றிக்கொள்ளும் யாரென்றே அறியாத அந்த சர்தார்ஜி "உங்களுக்காகத்தான் வந்தேன். எத்தனை நேரமாக நிற்கிறீர்கள்?" என்கிறான். அதை நினைத்து அவன் மாய்ந்து போகிறான். 'நெஞ்சு குதுகுதுவென்கிறது. மனிதன் – மனிதன் – கடவுள் – மனிதன் – கடவுள். இரண்டு வார்த்தைகள் முணுமுணுவென்று மார்பின் உள்ளுக்குள் திரும்பத்திரும்பக் கேட்கின்றன."

இவ்வாறு சட்டென மனிதத்தை நோக்கி அவன் சொல்வது தான் ஜானகிராமன் கதையுலகின் ஆதார ஸ்ருதியாக இருக்கிறது. 'சிலிர்ப்பி'ல் தன் குழந்தையை அவ்வளவு பிரியத்துடன் கட்டிக் கொள்ளும் தந்தையைப் போலவே இவனும் மனதிற்குள் சர்தார்ஜியைக் கட்டிக்கொள்கிறான். 'உடம்பிலிருந்து மனதை

நோக்கி நடந்தவர்' என்னும் தி.ஜா பற்றிய பிரபஞ்சனின் வரியை இங்கு நினைவுபடுத்திக் கொள்ளலாம். ஆனால் 'கடன் தீர்ந்தது' போன்ற ஒரு கதை – அத்தகைய மனிதர்கள் காலாவதியாகிப் போன – இந்தக் காலகட்டத்தில் எவ்வாறு பார்க்கப்படும் என்பது வினாவாகவே எஞ்சக்கூடும். தன் மனமெல்லாம் மாலியாக, மாலியின் உடம்பாக அவளுடைய வீட்டிற்குக் கிளம்பியவனை அந்தச் சீக்கியன் ஏதோ செய்துவிடுகிறான். அவனை வியந்து வியந்து தீராமல் ஆகும்போது "கேட்டின் கொக்கியைத் தூக்கித் திறந்து உள்ளே போகையில் உடம்பு பழத்திலிருந்து சாறெல்லாம் வற்றிவிட்டாற் போலிருந்தது" என்கிறான். அவளைக் கண்டதும் மீண்டும் மன மோதல்கள், அதைரியம். வெறுமனே பேச்சை வளர்த்திவிட்டு எழும்போது "முள்ளா" என்னும் கேள்விக்கு "இல்லை" எனப் பொய் சொல்லிவிட்டு எழுகிறான். இத்தனைக்கும் நடுவே மின்விசிறி குறித்து சிறு சம்பவம் கதையினுள் ஓடுகிறது. நெருங்கி வருவதற்கு மாலிக்கும் உள்ள விழைவைப் பட்டவர்த்தனமாகத் தொட்டுக்காட்டும் குறிப்பு அது. அப்போதும் அவனின் மனநாக்குதான் அசைகிறது. அவளைப் பற்றிய வியப்பும் தன் நிலை குறித்த கழிவிரக்கமும் மனதில் படர அதை மறக்கும் முயற்சியில் சம்பந்தம் ஏதுமில்லாத புற உலகின் காட்சி ஒன்றைக் காண்பதோடு அக்கணத்தில் தற்காலிகமாகக் கதை முடிவை எட்டுகிறது. ஆனால் மாலியை அவன் அதே மனப்பரபரப்பில் ஆவலுடன் போய் பார்த்திருக்கக்கூடும். இந்த எட்டு ஆண்டுகளும் பதினெட்டு ஆண்டுகளாக ஆன பின்பும் மனமே பேசிக்கொண்டிருந்திருக்கவும் கூடும்; அல்லது அடுத்த சந்திப்பிலேயே பரஸ்பரம் இருவரும் மனத்தடைகளற்று நெருங்கி யிருக்கவும் கூடும். யாரறிவார்? அது தி.ஜாவே அறிய விரும்பும் ரகசியங்களில் ஒன்றாக இருந்திருக்கக்கூடும்.

நாடகமொன்றில் பலமுறை நிகழ்த்திக்காட்டப்பட்ட முதல் காட்சி போலத் தொடங்குகிறது வண்ணநிலவனின் 'மனைவியின் நண்பர்'. புறக்காட்சியை எழுத்தாளன் கதைக்குள் கையாளும் நுட்பத்திலேயே அக்கதைக்குரிய உபபிரதியையோ அடிக்குறிப்புகளையோ உருவாக்கிவிட முடியும் என்பதற்கு மேலுமொரு சாட்சியாக அமைந்த கதை இது. மேற்பரப்பில் காணக்கிடைக்கும் சிற்றலைகளைக் கண்டு அதன் ஆழம் பற்றித் தப்பெண்ணம் கொண்டுவிடக்கூடாதல்லவா? விடுபட்ட (அ) புரிந்தும் புரியாததுபோல பாவனை கொண்டுவிட்ட சொற்களைத் தன்னுள் எழுதிப்பார்த்துக் கொள்ளும்போது மனம் எத்தகையதொரு விசித்திரமான வஸ்து என்பதை மீண்டும் உணரத் தலைப்படுவோம். சிறுகதை வடிவத்தை வண்ணநிலவன் போன்ற படைப்பாளி கலை ஒழுங்குடன் கைக்கொள்ளும் நேர்த்தி

அவருடைய பல கதைகளைப் போலவே இதற்கும் மேலதிக ஒளியைப் பாய்ச்சுகிறது. ரஷ்ய இலக்கியங்களின் தாக்கத்திலிருந்து எழுந்துவந்த வண்ணநிலவன் ஒரு கதையைப்போல பிறிதொன்றை எழுதாதவர் ('எஸ்தர்', 'மிருகம்', 'பலாப்பழம்', 'அவனுடைய நாட்கள் ...') இவருடைய கதைகள் நெல்லைச் சீமையை மட்டுமல்ல அதற்கும் அப்பாலுள்ள சென்னை டவுனையும் களங்களாகக் கொண்டவை – புதுமைப்பித்தனைப் போல. இவரும் கதையின் உட்கிடக்கையைச் சூசகமாக உணர்த்திவிடுகிறார். மனைவியின் நண்பரான ரங்கராஜு சாயந்தரம் ஆகிக்கொண்டிருக்கும் வேளையில் மளிகைக்கடையில் வந்து அமர்கிறார். இதை மட்டும் ஒரு பக்கம்வரை சொல்கிறார் வண்ணநிலவன். அதில் அவருடைய செயல்பாடுகள், நடவடிக்கைகள் கணவனின் கண்வழி குறிப்பெடுக்கப்படுகிறது. ரங்கராஜு மீது அவருக்கிருக்கும் கோபம், எரிச்சல், ஆற்றாமை போன்றவை அதனூடாகவே உணர்த்தவும் படுகிறது. ஏனெனில் அவருடைய மனைவி சிவகாமி, "அவர் சைக்கிள் ஸ்டாண்ட் போட்டு நிறுத்துகிற சத்தம் கேட்டதுமே, சிவகாமி வீட்டின் எந்தப் பக்கத்திலிருந்தாலும் வந்துவிடுவாள்." அவன் கண் முன்பே இருவரும் ருசிக்க ருசிக்க பேசிக்கொள்ள வேறு செய்கிறார்கள். தி.ஜா போல வண்ணநிலவன் எங்கும் நிதானித்து ரசித்து நிற்பதில்லை. அவர் நகர்ந்துகொண்டே இருக்கிறார். நகர்ந்தபடியே அவர் வைத்துச் செல்லும் புள்ளிகளைப் பின்னர் இணைத்துக் காணும் வாசகன், மனம் முடிவென்பதில்லாது நீளும் பிரம்மாண்டமும் சூக்குமமும் கொண்ட கோலம் என அறிகிறான்.

அவருடைய வருகையை அவனால் தடுக்கவும் முடிவதில்லை. ஏனெனில் அவ்வப்போது கடைக்குப் பணமுடை ஏற்படும்போது லேவாதேவிக்காரரான ரங்கராஜுதான் உதவுகிறார். "அவளுக்குச் செல்லப் பேச்சுகள் அலுத்துவிட்டது என்றாலும்" சிவகாமியும் அவருடன் சரிக்குச்சரி நின்று இனிக்கஇனிக்கப் பேசுவதும் ஒரு காரணமாக இருக்கும்போது அவரை மட்டும் குற்றம் சொல்ல அவன் தயங்குகிறான். சிவகாமி முன்பு அவனை ரங்கராஜு 'அவர்' என்றுதான் அழைக்கிறார். இதுபோல அவர் கடைப்பிடிக்கும் கண்ணியங்களை அவன் யோசித்துக்கொண்டிருக்கும் வேளையில் அவர் முன்பே கணவனின் மூக்கைச் செல்லமாக இழுத்து விட்டுப் போகிறாள். ("அவள் மிகுந்த சந்தோஷத்தோடு இருக்கிற போது இப்படிச்செய்வது வழக்கம்"). ஆனால் இந்த மூன்று மனங்களுக்குள்ளும் ஓடிக்கொண்டிருப்பவைகள் வேறானவை. மேல் மட்டத்தில் நடக்கும் இந்த சம்பாஷணைகள் மற்றும் விவரணைகளின் வழியாகவே அந்த மறைக்கப்பட்ட திரையை விலக்கி நுட்பமான வாசகன் கண்டுகொண்டு விடுவான். அதைப்

கே.என். செந்தில்

பட்டவர்த்தனமாக அல்லாமல் சூசகமாகச் சொல்வதனாலேயே கதையில் வெளிப்பாட்டு அமைதி கூடுகிறது. மேலும் ரங்கராஜு உடனடியாக வீட்டினுள் நுழைவதில்லை. அதை இயல்பான ஒன்றாக ஆக்க அவனோடு பேச்சு கொடுக்கிறார். அவன் பதிலில் சீண்டப்பட்டும் கூட அவர் எதிர்வினை புரிவதில்லை.(ஏனெனில் சிவகாமி, "...உள்ளே வாங்களேன்..." என்று கண்களை ஒரு வெட்டுவெட்டிப் போனாள்.)

அவளது அழகுதான் அவரை ஓயாமல் அங்கு இழுத்துக் கொண்டுமிருக்கிறது. அவர் உள்ளே சென்றுகொண்டிருக்கும் போதுதான் அந்த வீட்டின் அமைப்பை வண்ணநிலவன் கச்சிதமாகச் சொல்கிறார். அப்போதுதான் சிவகாமிக்குப் பெண்பிள்ளை இருப்பதையே ஆசிரியர் அறிமுகப்படுத்துகிறார். (இதை முன்பே செய்திருந்தால் ரங்கராஜுவின் அல்லாடல்கள் சிவகாமியின் கணவனை மட்டும் கொண்டிருந்திருக்காது. சிவகாமியும் அவரோடு பாந்தமாகப் பேசிக்கொண்டிருந்திருக்க முடியாது. மேலும் கணவனின் இருப்பு போல் அல்ல வயது வந்த பெண்பிள்ளையின் இருப்பு. அந்தக் குற்ற உணர்வு கதையின் மையத்தைச் சிதைத்துவிட்டிருக்கும்.) 'சிவகாமி' எனப் பிரியமாகக் கூப்பிடத் தோன்றியும் சரோஜா இருப்பதால் விழுங்கிவிடுகிறார். அப்போது காப்பியைக் கொடுத்தபடியே அவர் அருகில் வந்து ("உடம்போடு உடம்பு படுகிற மாதிரி") அமர்ந்துகொள்கிறாள். கண்களை ஆழ நோக்குகிறாள். அது அவருக்குத் தாங்கொண்ணா ஆனந்தத்தை அளிக்கிறது. சிவகாமியின் 'சமைஞ்ச பொண்ணு' ரங்கராஜுவிற்கு நினைவிற்கு வரவே அமைதியாகிறார். அவருக்கு அந்த உறவு எல்லைக்கப்பால் சென்றுவிடுமோ என்ற கிலி வேறு. சூக்குமமான தருணங்களின் அடக்கப்பட்ட பெருமூச்சுகளையும் அதைரியத்தால் திறக்கப்படாத ஏக்கத்தின் கதவுகளையும் தன்னுள்ளேயே இக்கதை கொண்டிருக்கிறது. சிவகாமியும் அவ்வாறான அச்சவுணர்வை அந்தக் கணத்திலேயே வெளிப்படுத்தவும் செய்கிறாள். 'அது என்ன?' என்ற அவரின் தூண்டுதலுக்கு அவள் பதில் அளிக்காமல் அவரை வீட்டினுள்ளேயே விட்டுவிட்டு வந்து கணவனுடன் மளிகைக் கடையில் நின்றுகொள்கிறாள். பின் எதுவுமே நடக்காதது போல எதையும் காட்டிக்கொள்ளாமல் அவனிடம் விடைபெற்றுச் செல்கிறார் ரங்கராஜு. அவர் இனி வரமாட்டார் என சிவகாமி கூறுவதுடன் இங்கும் கதை தற்காலிகமாகவே முடிவுக்கு வருகிறது.

இந்த வீம்பு காலத்தால் கரைந்து போகாதது என்றே படுகிறது. ஆனாலும் அந்தக் கண்களின் "ஒளிநிழலாட்டத்தை" ரங்கராஜுவால் மண்ணிற்குள் இறங்குகிறவரை மறக்க முடியாது. கலை நுட்பத்தால் மிளிரும் இக்கதை உள்ளூரக்

கிடக்கும் இடைவெளிகளின் அர்த்தங்களை மௌனங்களை நோக்கி வாசகனைச் செலுத்தும் ஆற்றல் கொண்டது. இதே பொறாமையுணர்ச்சி, விளங்காத உறவு பற்றிய அச்சம், கோபம், எரிச்சல் போன்றவற்றோடு எழுதப்பட்ட கார்வரின் 'கதீட்ரல்' சிறுகதை வேறொரு தளத்தில் *(காமம் சார்ந்து அல்ல)* இக்கதையுடன் ஒப்புநோக்கத் தக்கது.

வெளிப்படையாக அல்லாமல் அந்தரங்கமாக இயங்கும் இத்தகைய மனங்களை இலக்கியம் மூலம் மட்டுமே நெருங்கிச் சென்று சிறிதளவேனும் புரிந்துகொள்ள முடியும். இந்த வசீகர மான ரகசியவெளியில் மனதிற்குள்ளாகவே பம்மிப் பதுங்கியபடி நடமாடுபவர்களிடம் கவிஞர் இசையின் ஒரு கவிதையை *(நைஸ்)* வாசித்து அவர்களின் பதில்களைப் பெற ஆசையாக இருக்கிறது.

> எதேச்சையாகப் பட்டுவிட்டது.
> உன் கைகள் எவ்வளவு நைஸாக இருக்கின்றன
> . . .
> . . .
> இந்த நைஸிற்குத் தான் மணிமுடிகள் சரிந்தனவா?
> முனிகள் பிறழ்ந்தனரா?
> இதற்காகத் தான் இப்படி
> தேம்பி தேம்பி அழுகிறார்களா?
> இதற்காகத் தான் இவ்வளவு ஓயாத மன்றாட்டமா?
> . . .
> இது மட்டும் போதுமென்று தான்
> கண்காணாத இடத்திற்குப் போய்விடுகிறார்களா?

எனக் கேட்கும்போது வெட்கமும் வேதனையும் வியப்பும் முகத்தில் மின்னி மறைய நிமிர்ந்து நோக்கும்போது அங்கிருக்க மாட்டேன். அவர்கள் தங்கள் கண்களில் படரும் ஈரத்தை மறைக்கப்பட்ட வலியுடன் புறங்கையால் துடைத்துக்கொண்டிருக்கும் அதே கணத்தில் அவர்களிடம் எதுவும் சொல்லாமல் அங்கிருந்து நகர்ந்துவிட்டிருப்பேன்.

உதவிய நூல்கள்

1. 'மீகாமம்' – க.மோகனரங்கன் – கவிதைத் தொகுப்பு *(தமிழினி பதிப்பகம்).*
2. 'தி.ஜானகிராமன் சிறுகதைகள்' – பதிப்பாசிரியர்–சுகுமாரன் *(காலச்சுவடு பதிப்பகம்).*
3. 'வண்ணநிலவன் கதைகள்' *(சந்தியா பதிப்பகம்).*
4. 'அந்தக் காலம் மலையேறிப் போனது' – இசை – கவிதைத் தொகுப்பு *(காலச்சுவடு பதிப்பகம்).*

கணையாழி, ஜூலை 2015

கே.என். செந்தில்

கவிதை

இசையின் 'அந்தக் காலம் மலையேறிப்போனது', 'எண்ணெய்க் கொப்பரைக்குப் போகும் வழி'

> பின்புறம் காட்டும் கார் கண்ணாடியில்
> சட்டென்று ப்யுவாயி தேவாலயத்தின் பெரும் பகுதியைக் கண்டேன்
> பெரிய பொருட்கள் சிறியவற்றில் குடியிருக்கின்றன
> ஒரு நொடிப் பொழுதேனும்"
>
> – ஆடம் ஜாகாஜேவ்ஸ்கி
> (தமிழில்: சு.ரா.)*

சங்கீதத்தைக் கணக்குகளாக அணுகும் மனங்களுக்கு அது அளிப்பது வெறும் சூத்திரங்களைத்தான். அது போலவேதான் கவிதையும். அதை ஒரு மொழிசார்ந்த விளையாட்டாகத் தன் புத்திசாலித்தனத்தின் களமாகக் காண்பவர்களைக் கவிதை கைவிட்டுவிடுவதை அவர்கள் அறிவதேயில்லை. தன்னைச் சுற்றிப் பின்னிக் கிடந்த தளைகள் தெறித்து விழுந்தபோதுதான் மண்ணில் குப்புற விழுந்தது கவிதை. அதன் திகைப்பு அடங்குவதற்குள் அதைத் தூக்கிவிட நாலாபுற மிருந்தும் வந்த புலவர்களைக் கைநீட்டி அப்படியே நிற்கச் செய்தது. அதன் மனதை உருகவைக்க யாப்பிலும் வெண்பாவிலும் கலிப்பாவிலும் செய்யுள்களைப் பாடியபடி அப்புலவர் கூட்டம் நெருங்கியது. அது சற்றும் தாமதிக்காமல் அவர்கள் கையிலிருந்து நழுவி ஓட்டம் எடுத்தது. பின்னால்

---

* தொலைவிலிருக்கும் கவிதைகள், பக். 152 (மொழிபெயர்ப்புக் கவிதைகள்) சுந்தர ராமசாமி.

தங்களது வக்கீல்களோடு துரத்தி வந்துகொண்டிருப்பவர்களை ஒரே முறை திரும்பிப் பார்த்துக் கண் அடித்தபின் மீண்டும் தலை தெறிக்கும்படி ஓடியது. அது மூச்சிரைக்க வந்து பெட்டிக்கடையில் நிற்பதை ரிஷிபோல வளர்ந்திருந்த வெண் தாடியை நீவியபடியே ந. பிச்சமூர்த்தி கண்டார். மனிதனோடு இவ்வளவு நெருங்கி வந்தபின் அதன் குன்றா இளமையும் பொலிவும் கூடியிருப்பதைக் கண்டு அவருக்கு வியப்பேற்பட்டிருக்க வேண்டும். அதன் பின் ந.பி. எழுதிய 'பெட்டிக்கடை நாரணன்' (1959) என்னும் கவிதையே புதுக்கவிதை என்னும் ஜீவவித்து மறுபிறவி எடுத்து வந்த இடமாகக் கருதப்படுகிறது. அது ஒரு பெரும் திறப்பு. அதற்குச் சொத்தை அடகு வைத்து நிலத்தைத் தந்தவர் சி.சு. செல்லப்பா. அதன் ரசனை மட்டத்தை உருவாக்கியவர் க.நா.சு. இன்று வெவ்வேறு வடிவங்களாலும் சொல்முறையாலும் கவிதை பன்முகம் பெற்றிருந்தாலும் இன்று ஒருவன் அதன் முன் வருகையில் அவனை உள்ளிழுப்பது அதன் இளமையும் குறையாத புத்துணர்வும்தான்.

எவ்வளவோ சாமிகள் சரணம் சொல்லிக் கண் துஞ்சாது (சில குருசாமிகளும்) மொழிக்குள் விழுந்து புரண்டு எழுந்தாலும் மலைமுகடுக்கு அப்பாலிருப்பதாக அவர்கள் நம்பிக்கொண்டிருக்கும் கவிதையின் 'ஜோதி'க்காக இன்னும் காத்துக்கொண்டேதான் இருக்கிறார்கள். அவர்களின் புலம்பல்களும் எரிச்சல்களும் சூழலை மாசுபடுத்துவதை அவர்கள் அறிவதுமில்லை. போலி வெளிச்சங்களைக் கண்டு பரவசம் அடைந்து அவர்கள் போடும் கூப்பாடு நாராசமாய் ஒலிக்கிறது. அந்த அணையாச் சுடர் தங்களின் மனங்களில் தானே இருக்கிறது என்னும் எளிய உண்மை அந்த கோரஸ்காரர்களுக்குத் தெரிவதேயில்லை. அந்தச் சாமிகளுக்குத் தெரியாத பலவும் சில ஆசாமிகளுக்குத் தெரிந்துவிடுகிறது. தெரிவது மட்டுமல்ல, அதைத் தரிசனமாக்கிக் காட்டும் மனோலயம் இயல்பிலேயே கூடியும் விடுகிறது. மொழியையும் தேர்ந்துகொள்ளும் வடிவத்தையும் அவர்கள்தான் எப்போதும் புதிதாகவே வைத்திருக்கிறார்கள். கவிதையைக் கடவுளாக உருவகிக்கிறேன் எனத் தயவுசெய்து நினைத்துக்கொள்ளாதீர்கள். ஆனால், கடவுளிடம் (சில சமயம் சாத்தானிடமும்) தனியாக ஆசி வாங்கி வந்தவன் கவிஞன் என்றும், அவனுடைய கவிதையாக்கம் நிகழும்போது அவனைச் சுற்றிலும் வினோதமான நறுமணம் அல்லது சுகந்தம் நிலவுமென்றும் நம்ப ஆசைப்படுகிறேன். இல்லையென்றால் இவ்வளவு பிக்கல்பிடுங்கல்களுக்கு இடையிலும் காலத்தால் அழியா ஒன்றை அவனால் எப்படி உருவாக்கிவிட முடியும் என்னும் கேள்விக்குறியின் பக்கத்தில் ஆச்சரியக்குறியைத்தான் கொண்டுவந்து வைக்க முடியும். அப்படியான பல கவிதைகளை

எழுதியிருக்கும் / கொண்டிருக்கும் கவிஞர் இசையின் சமீபத்திய தொகுப்பு 'அந்தக் காலம் மலையேறிப் போனது.'

'சென்று தேய்தல்' என்னும் மரபுக்கு எதிராக முந்தைய இரு தொகுப்புகளால் பெரும் வாசக கவனம் பெற்ற இசையின் இந்த தொகுப்பு புத்துணர்ச்சியைத் தக்கவைத்துக்கொண்டிருக்கும் அதே வேளையில் பழைய கவிதைகளிலிருந்து முன்னகர்ந்திருப்பதையும் வாசகனாக அவதானித்தேன். கவிதையின் கவசங்களை அலங்காரங்களைத் துறந்து உரைநடையால் ஆன கவிதைகளின் வழி கவித்துவத்தை எட்டுவதற்கு மனுஷ்யபுத்திரனின் கவிதைகளைத்தான் முன்னோடியாகக் கருத வேண்டியிருக்கிறது. பெருங்கவி *(Major Poet)* ஆகியிருக்க வேண்டிய, ஆனால், ஆகாமல் போன பிரமிளையும், கவிதையின் இறுக்கத்தைத் தளர்த்திய சுகுமாரனையும், விமர்சனத்தோடு கூடிய அங்கதத்தைக் கவிதையில் கையாண்ட ஞானக்கூத்தனையும், அரசியல் கவிதை களுக்கு இன்றும் மாற்று இல்லாத ஆத்மாநாமையும், உலகியல் காட்சிகளைக் கவிதைகளாக ஆக்கிய கலாப்ரியாவையும், இயற்கையை ஆன்மீகத் தரிசனமாக ஆக்க முயன்ற தேவதேவனை யும் ஒரு புதிய தலைமுறைக் கவிஞன் எப்போதும் மறந்துவிடக் கூடாது. இதில் ஆச்சரியம் என்னவெனில் இசையின் கவிதைகள் யாரைப் போலவும் (சில இடங்களில் சிலரது சாயல் இருக்கவும் செய்கிறது) இல்லை. அதே சமயம் இவர் கவிதைகளை முந்தைய தலைமுறைக் கவிஞர்கள் யோசித்திருப்பார்களா அல்லது எழுதியிருப்பார்களா எனக் கேட்டுக்கொண்டால் இல்லை என்ற பதிலையே சொல்ல வேண்டியிருக்கும். அதனாலேயே இவரின் கவிதைகள் ஈர்ப்பையும் வசீகரத்தையும் ஒருசேரக் கொண்டிருக்கின்றன.

'உலகத்தை மதிப்பிடுகிறதே என்பதற்காகக் கவிதையை உலகம் மதிப்பிட்டுவிட முடியாது' என்னும் தேவதேவனின் கூற்றைப் புரிந்துகொண்டவன்தான் உண்மையான கவிதையின் வாசகன். இந்த 'உற்சாகப்புலி'யின் கவிதைகள் அங்கதமும் பகடியும் எள்ளலும் கொண்டு மிளிர்பவை. ஆனால் இவை மட்டும் கவிதையாக ஆகிவிடாதல்லவா?அதற்குள் சரடாக ஓடுவது கையறுநிலையின் கண்ணீர். அந்தக் கண்ணீரை இந்த 'இலக்கிய சிவாஜிகணேசன்' குய்யோமுய்யோ என அலறிப் பிறர் கண்கூசும்படி செய்வதில்லை. அவர் தன் கவிதையின் ஆதார இயல்பாக இருக்கிற அபூர்வமான நகையுணர்வால் சட்டெனக் கடந்துசென்றுவிடுகிறார். ஆனால் அடிவயிற்றிலிருந்து அரூபமான கை எழுந்துவந்து மனதைப் பிசைவதைப் போன்ற வரிகளைக் கொண்ட கவிதைகளை எழுதுவதன் மூலம் அந்த வலியை இன்னும் உக்கிரம் கொண்டதாக ஆக்கிவிடுகிறார். இவருடைய

கவிதைகளைச் சாதாரணத்திலிருந்து அசாதாரணமான இடங்களை நோக்கிச் செல்லும் குணம் கொண்டவை எனப் பொதுவாகச் சொல்லலாம். ஏனெனில் இசை சமைப்பது எளியவர்களால் ஆன கவியுலகம். அவர்கள் எளியவர்கள் என்பதாலேயே கவனிக்கப்பட வேண்டியவர்கள். இசை, நடிகர் வடிவேலுவின் ரசிகராக இருப்பதை நினைவுபடுத்திக் கொள்வோம் என்றால் அது கவிதைக்கு மேலதிகமான அர்த்தங்களை நமக்கு நல்கும். இவர்கள் இருவருமே சுயபகடியின் கண்ணீரால் ஒன்றிணைபவர்கள். இக்கவிதைகளின் அடியில் அன்றாடத் தனங்களின் சலிப்பும் (வானம் – நீலம்) துயரமும் (துயரத்தின் கழுத்துச் சதை மார்பில் தொங்குகிறது) சிற்றாறுபோல ஓடிக் கொண்டே இருக்கிறது. அவ்வளவு துயருக்கிடையிலும் அது அபூர்வமான காட்சியைக் கண்டுகொள்ளவும் கவிதை ஆக்கவும் (நளினக் கிளி) தயங்காததைப் போலவே பச்சாதாபத்தின் கேவல்களைக் கண்டு அது நகைக்கவும் செய்கிறது. டெஸ்ட் ரிசல்ட்கள் வந்து மருத்துவரின் ஆலோசனைகளைக் கேட்ட பின்பு,

> நான் காதியில்
> நீலக்கலர் சால்வை வாங்கிப்
> போர்த்திக் கொண்டேன்' (ரிசல்ட்)

என எழுதமுடிவது அதனால்தான். வாழ்க்கை பற்றிப் பேசுகையில்,

> 'நகர்கிறது' என்று முதன்முதலாய்ச் சொன்ன
> அந்த வித்யாபதியைக் காண விரும்புகிறேன் (வாழ்க்கையை நகர்த்துவது)

என்னும் 'இசை'யின் சிலாகிப்புக்குப் பின் இருப்பதும் சலிப்பைக் கேலியாக மாற்றும் கவிதையாக்கமே.

இசையின் கவிதைக்குள் இடம்பெறும் வஸ்துகள் நம் கண்ணில் 'சதா' பட்டுக்கொண்டேயிருப்பவை. உருளைக் கிழங்கு போண்டா, ஜிலேபி, சமோசா, முட்டை பரோட்டா, ரிமோட்கள், ஸ்கூட்டிகள் இன்ன பிற . . . இசையின் கூர்ந்த அவதானிப்பு, எதைத் தொடுத்து எதை விடுப்பது என்பதிலுள்ள தேர்வு, கவிதையை அவர் கையாளும் நேர்த்தி, அதற்குள் செயல்படும் கவிமனம் போன்றவைதான் அவர் கவிதைகளுக்குக் கூடுதல் அழகையும் நித்தியத்துவத்தையும் அளிக்கின்றன.

எளியவர்களின் மீதான நேசம் சில கவிதைகளை வேறொரு தளத்திற்கு நகர்த்திவிடுகின்றன. பைத்தியம் வாங்கிப்போகும் டீயில்

> இந்த டீ
> சூடாறாதிருக்கட்டும்
> சுவை குன்றாதிருக்கட்டும்
> பருகப்பருக பல்கிப்பெருகட்டும் . . . (பைத்தியத்தின் டீ)

என ஆசி வழங்கும் இசை, ல்யூகோடெர்மா பரவிய கன்னியின் விநாயகத் துதியைக் கண்டு

> இத்தெய்வம் தன் துதிக்கையில் ஏந்தியிருக்கும் கனிந்த பழம்
> நீதானா ? (ல்யூகோடெர்மா கன்னியின் விநாயகர்)

என முடிக்கும்போது அதன் வலி மனதைச் சுண்டிவிடுகிறது. ஏனெனில் தன் கண்ணீரை அது வரிகளுக்கிடையே பொத்தி (நினைவில் வீடுள்ள மனிதன்) வைத்திருக்கிறது. பிறகு மேலெல்லாம் புண்ணான பூனையைத் தூக்கிவந்து செல்லம் கொஞ்சுகிறது (நம் பூனைக்குட்டியைப் பார்த்தேன்). ஆனால் அது பூனைக் குட்டியை மட்டும் சுட்டி எழுதப்படவில்லை என்று தோன்றுகிறது. பிறகு ஒரு கழிவிரக்கக் கவிதையைப் போய்க் கட்டிக் கொள்கிறது (ஒரு கழிவிரக்கக் கவிதை). இவ்வளவு மனிதர்கள் சூழ்ந்த உலகில் தன்னை நோக்கி நீளாத நேசத்தின் கரத்திற்காகக் காத்திருப்பவை இந்தக் கவிதைகளும் கவிஞனும். ஆனால் இவருக்கு இந்த உலகின் மீது வெறுப்பேதுமில்லை. எல்லாக் கோணல்களையும்(?!) எட்டி நின்று பார்த்து அபிப்ராயத்தை உதிர்க்கவில்லை. அதன் ஒரு பிரதிதானே நானும் நீங்களும் என்னும் முதிர்ச்சி இயல்பிலேயே இவருக்குக் கை வந்திருக்கிறது. கவிதைகளுக்கு உள்ளேயே இசையின் மனமும் உடலும் பதுங்கியிருப்பதாகவே நினைத்துக்கொள்கிறேன். அது தான் வாசகனிடம் தன் வாழ்வில் ஒரு பகுதியைக் காட்டும் கவிஞன் இவன் என எண்ணச் செய்கிறது போலும்.

இவருடைய கவிதையின் வரிகளுக்குள் இருக்கும் ஒருவித ஒழுங்கு, வாசகனைக் (கருணையின் ராஜா, நைஸ், இராவில் கல்லுடைப்பவர்கள்) கவிதைக்குள் இழுக்கும் தூண்டில் போல. அதைச் சிறப்பாகச் செய்வது இசையின் கவியுலகம். அதுபோலவே பெண்களின் பிரியத்திற்கான ஏக்கமும், அது ஆணின் மனதில் (வருக என் வாணி ஸ்ரீ) கிளர்த்தும் பரவசமும் துடிப்பும் சமீபகாலத்தில் இவரளவிற்குக் கவிதைக்குள் வெற்றிகரமாகக் கொண்டுவந்தவர்கள் மிகச்சிலரே. நகுலனின் ‘சுசீலா’வும் கலாப்ரியாவின் ‘சசி’யும் எப்படி படிமங்களாக ஆனார்களோ அதுபோலவே இசையின் ‘வாணி’யும் பின்னாளில் ஆகக்கூடும். ‘பத்து பதினைந்து காதல்கள் இருந்திருந்தால் . . .’ என முன்னுரையில் அங்கலாய்க்கிறார் இசை. அதில் ஏன் கஞ்சத்தனம்? இன்னும் கொஞ்சம் கூடக்குறைய இருந்தால் அவரது கவிதைகளுக்கு நல்லதுதானே? அவருக்கு நல்லதா என அவர்தான் சொல்ல வேண்டும். ‘கட்டியணைத்து முத்தமிடவா முடியும் / காப்பி சாப்பிடலாம்’ எனக் காதலியை அழைத்த தேவதேவனிடமிருந்து வெகுதூரம் வந்துவிட்டிருந்தாலும் ‘குழற்கட்டு அவிழ்ந்து காற்றில் அலையாமல் பார்த்துக்கொள்ள

முடியுமா?' என்றும், 'லூஸ்ஹேருக்கு மயங்குபவனா'கவும் இருக்கிறான் இக்காலக்கவி. இதற்கிடையே எம்.கே.டி. தன் பட்டுஜரிகை வேட்டியைத் தூக்கிக்கொண்டு மூத்திரச் சந்தினுள் ஓட, யக்ஞவல்கியர் பெட்டிக்கடைக்குப் பின் ஒளிந்துகொள்ளும் கூத்தும் நடக்கத்தான் செய்கிறது (போலீஸ் நம்மை வீட்டிற்கு அனுப்புகிறது). அதுபோலவே இவரது பெரும்பாலான கவிதைகள் முடிவில்தான் திறப்பையும் கலை வெற்றியையும் அடைகின்றன.

ஆனாலும் அழுதுகொண்டிருக்கும் ஆனந்தனைக் கூட்டிப் போய் முட்டைப் பரோட்டாவுக்குள் (ஆனந்தன் என்கிற அனாதை) இவர் தள்ளிவிட்டிருக்க வேண்டாமோ என நினைத்துக்கொண்டிருக்கும்போதே சில பக்கங்களுக்குப் பின் அவனே தெளிவாக எழுந்து வந்து 'உங்களுக்கும் நைஸ்தான் வேண்டுமா?' (நைஸ்) என்று கேட்கிறான். வந்த கோபத்தில் இசையின் பாஷையில் சொல்வதென்றால் அவனை 'எண்ணெய்க் கொப்பரைக்கு' வழி சொல்லி அனுப்பினேன்.

தனித்த கவிமொழியைக் கொண்டிருக்கும் இசையின் இத்தொகுப்பின் அரசியல் கவிதைகளாகக் கருதத்தக்கவை 'கூடங்குளத்தில் கொக்கு பறக்குதடி பாப்பா'. அதிலும் நம் 'அறவுணர்ச்சிக்கு ஒரே குஷி' கவிதையைத் தனியாகக் குறிப்பிட்டுச் சொல்ல வேண்டும். தொகுப்பின் மொத்த இயல்பிலிருந்து விலகியிருக்கும் கவிதை 'வானம் நீலம்'. பிறவற்றுடன் ஒப்பிடும்போது இதன் தரம் கீழேயே இருப்பதாக நினைக்கிறேன். தாளத்தின் கணக்கைச் சொற்களுக்குள் நகர்த்திய வித்தியாசமான ஆனால் மேலெழாத கவிதை 'பீடி மணக்கும் உன் உதட்டிற்கு ஒரு முத்தம்.' அது போலவே 'உன்னை அடைவது' என்னும் கவிதை, பாதசாரியின் 'முத்தம்' கவிதையை நினைவுக்குக் கொண்டு வந்தது. இக்கவிதைகளை எழுதிய அப்போது செயல்பட்ட மனநிலைகளுக்கு அப்பாலிருப்பவைகளை நோக்கி இசை, இனி செல்ல வேண்டும். ஏனெனில் இது ஒரு வினோதமான பொறி. அதற்குள் சிக்கிக்கொள்வது ஆபத்தானது.

தொகுப்பின் ஆகச் சிறப்பான கவிதைகள் என 'மன்னவன் வந்தானடி தோழி', 'உனக்கு நீயேதான்', 'நைஸ்', 'எண்ணெய் கொப்பரைக்குப் போகும் வழி', 'போலீஸ் நம்மை வீட்டிற்கு அனுப்புகிறது' ஆகிய கவிதைகளைச் சுட்டுவேன். அதிலும் முக்கியமாக 'எண்ணெய் கொப்பரைக்குப் போகும் வழி'.

எண்ணெய் கொப்பரைக்குப் போகும் வழி

ஒரு பொட்டுத் தெறித்தாலே
உடல்கொப்புளமாய் பொந்திப் போகையில்

எண்ணெய் கொப்பரைக்குப் போகும் வழியில்
மனிதர்கள் ஏன் இப்படி நெருக்கியடித்து நிற்கிறார்கள்
ஒருவரை ஒருவர் முந்தவும் பார்க்கிறார்கள்
நன்மார்க்கத்தின் வழியில்
காற்று விளையாடிக் கொண்டிருக்கிறது.
அங்கு ஆங்காங்கே நின்று கொண்டிருக்கும்
ஒரு சிலரும்
ஏன் இங்கேயே பார்த்துக் கொண்டிருக்கிறார்கள்
தவிரவும், அடிக்கடி ஏன் அவர்கள் சளவாய்
வடிக்கிறார்கள்.
வாணியிடம் ஆசிபெற்ற கையோடு
உற்சாகமாய் வந்து
இந்த நெரிசலில் கலக்கிறான் ஒரு கவி.
அவன் தொப்பி எதுவும் அணிந்திருக்கவில்லை
மேலும்
அனைவரையும் தொப்பியைக் கழற்றிவிடும்படியும்
கேட்டுக் கொள்கிறான்
எட்டுமுழ வேட்டியைத் தலைக்குப் போர்த்தியிருக்கும்
சிவனாண்டியைப் பார்க்கையில்
நமக்கு கண்ணீர் முட்டிக் கொண்டு வருகிறது.
உளுந்து வடைகள்
எண்ணெய்க் கொதிக்கு மருளுமோ தாயே

    ஓஷோவின் உரையொன்றில் ஒரு கதை வரும். அதில் இருப்பவர்களும் நரகத்திற்குப் போவதற்குத் தான் துடிப்பார்களே யொழிய சொர்க்கம் காற்று வீசிக் கிடக்கும். நுட்பமும் வலியும் கூடிய அற்புதமான கவிதை இது. இந்த எண்ணெய்க் கொப்பரைக்குப் போகும் வழியில் இந்த தள்ளுமுள்ளும் கூட்டமும் எனக்கும்தான் புரியமாட்டேன் என்கிறது. தொப்பி அணியாத கவிஞனுக்குப் பின்னால்தான் உளுந்துவடைகளோடு புதிய உளுந்துவடையாக நானும் நிற்கிறேன். கவிஞனுக்கேனும் வாணியின் ஆசி உண்டு. நான் தனித்து நிற்கிறேன். சற்று உயரமான ஆறடி உளுந்துவடை. எண்ணெய்க்குள் போடவிருக்கும் அம்மாவைப் பார்த்து இந்த ஆறடி உளுந்துவடையும் கேட்கிறது.

உளுந்து வடைகள்
எண்ணெய்க் கொதிக்கு மருளுமோ தாயே

    கலைவெற்றி பெற்ற இவ்வளவு கவிதைகளை ஒரு தொகுப்பில் வாசிக்க நேர்வது அபூர்வம். தற்காலக் கவிகளில் முக்கியமான முதல் வரிசைக் கவிஞன் இசை என்பதில் ஐயமேதுமில்லை.

(30.08.2014 அன்று மதுரையில் நடந்த
நூல் வெளியீட்டு விழாவில் வாசித்த கட்டுரை)

காலச்சுவடு, மார்ச் 2015

விழித்திருப்பவனின் கனவு

விமர்சனம்

மோகனரங்கனின் 'சொல் பொருள் மௌனம்' சொற்களின் அழகு மிளிரும் மதிப்புரைகள்

முன்னெப்போதைவிடவும் சூழல் கொண்டிருக்கும் ஆரோக்கியத்தின் காரணமாக, பதிப்பகங்கள் வலுப் பெற்றுத் தங்களுடைய இயக்கத்தை முடுக்கிவிட்டிருக்கின்றன. பெரும் அளவில் குவியத் துவங்கியுள்ள புத்தகங்களின் எண்ணிக்கை மலைப்பையும் தேர்ந்தெடுப்பதில் சிரமத்தையும் ஒரு சேரத் தந்துகொண்டிருக்கின்றன. நுண்ணிய மனம் கொண்ட வாசகன்தான் விமர்சகன் என்பதால் இங்கு அவனுடைய பணியைக் கூர்ந்து நோக்க வேண்டியவர்களாக இருக்கிறோம். ஏற்கனவே உருவாகிவிட்ட தராசுத் தட்டுகளில் படைப்பை நிறுத்தி, அவற்றைப் பழைய எடைக்கற்களால் அளவிடுவதல்ல விமர்சகனின் பணி. அதற்கு படைப்பு, பண்டமோ சரக்கோ அல்ல. புதிய வெளிச்சங்களைப் படைப்பிற்கும் படைப்பாளனுக்கும் வாசகனுக்கும் வழங்குவதோடல்லாமல் பின்தங்கிய படைப்புகளை நிர்த்தாட்சண்யமாக ஒதுக்கிவிடுவதுமே அவன் செய்யக்கூடிய முதன்மையான, தலையாய காரியமாக இருக்கும்.

விஸ்தீரணமான களத்தைக் கொண்டிருக்கிற பரந்துபட்ட சாத்தியங்களை உள்ளடக்கிய நாவல் கலையில் அவற்றின் ஊடுபாவுகளை உள்வாங்கி அது ஏந்தி நிற்கும் சவால்களுக்கு ஈடுசெய்யக்கூடிய வகையில், வெளியான நாவல்கள் தமிழில் குறைவு என்று விமர்சகர்கள் கணிப்பதுண்டு. இது விமர்சகர்களின் எண்ணிக்கைக்கும் பொருந்தும். குறைந்த அளவிலான விமர்சகர் களுக்குள்ளும் கூட, படைப்பாளிகளே அதிக அளவில் விமர்சகர் களாகவும் செயல்பட்டுக்கொண்டிருக்கிறார்கள். இதன் மூலம் விமர்சனம் எதிர்கொள்ளும் சிக்கலான இடங்களை நுட்பமாக நுஃமான், சுந்தர ராமசாமியின் 'காற்றில் கலந்த பேரோசை' நூலின் மதிப்புரையில் தொட்டுக்காட்டுகிறார். அவ்வளவாகப் பயிற்சியற்ற, முன் முடிவுகள் ஏதுமின்றி ஒரு நூலுக்குள் கலந்து ஒன்றாகிப் பின் மீளும் போதிய ஆர்வமற்ற வாசகனுக்கு, வாசிப்பின் எல்லைகளை விரிவுபடுத்திக்கொள்ள விமர்சகனின் நுண்ணிய மனமும் கூரிய அவதானிப்புமே பக்கபலமாக இருக்கும். அதேபோல படைப்பாளி, விமர்சனம் மூலம் அடையும் செழுமையும் எழுத்து சார்ந்த பரிசீலனையும்தான், சூழலைப் புத்துயிர்ப்போடு முன்னகர வழி செய்யும். இவ்வாறு இருவருக்குமான வெளியை உருவாக்கும் விமர்சனமே மதிப்பைக் கொண்டது. அவ்வகையில் வெளியாகியிருக்கும் 'சொல் பொருள் மௌனம்' நூல் முக்கியமான வரவு.

ஒரு நூலை மதிப்பிட, அந்நூலுக்கு முன்பின்னாக இருக்கும் படைப்பு வரலாற்றோடு அந்நூலை இணைத்து, அதன் நீட்சியில் அந்தப் படைப்பும் அப்படைப்பாளியும் கடந்துசென்றிருக்கும் புள்ளியைத் தொட்டுக்காட்டுவதோடல்லாமல், எவையெல்லாம் சூழலுக்கு உள்ளும்புறமும் கொடையை வழங்கியிருக்கின்றன என்பதை எந்தத் தத்துவச் சார்பற்றும் கோட்பாட்டுப் பின்னணி யற்றும் அதற்கேயுரிய திறந்த மனதுடன் மோகனரங்கன் முன்வைத்திருக்கிறார். ஜெயமோகனின் முன்னோடிகள் குறித்த மொத்த விமர்சன நூலையும் வாசிக்க இயலாதவர்களுக்கு அல்லது அப்படைப்பாளிகள் பற்றிய அறிமுகமோ போதுமான புரிதலோ கொண்டிருக்காதவர்களுக்கு அந்நூலின் சாரத்தி லிருந்து தொகுத்துத் தந்துவிட்டு அவற்றைத் தன்னுடைய வாசிப்போடு ஒப்பிட்டு வரையறுத்து ஏற்கவும் மறுக்கவுமான நிதானத்தோடும் பொறுப்புணர்வோடும் செயல்பட்டிருக்கிறார். இதன் தொடர்ச்சியாக "நவீன இலக்கியம் என்பது நவீனத்துவ இலக்கியங்களே" என்னும் ஏற்கத்தக்க வாதத்தை எழுப்பிவிட்டு, அதற்குரிய காரணங்களை தர்க்கப்பூர்வமாக அடுக்கியிருக்கிறார். மேலும் மரபைப் புறக்கணித்து, தனி மனித துக்கங்களுக்குரிய

வடிவமாகப் படைப்புருவத்தைக் கையாண்ட படைப்பாளிகள் குறித்த விமர்சனமும் முன்வைக்கப்பட்டிருக்கிறது. வாழ்வின் புறத்திலும் உள்மனங்களிலும் துக்கத்தைப் பெருமளவில் எதிர்கொண்டவர்கள் அவர்கள். எனவேதான், அவை படைப்புகளின் மீது பாவனையாக பிரதிபலிக்காமல் ஆழமாகவே நிலைகொண்டிருக்கிறது. யதார்த்தத்தை நிலைநிறுத்த, பல நூற்றாண்டுகள் ஆதிக்கம் செலுத்திய மரபைத் தவிர்க்கவும் மறுக்கவுமான நிலைபாட்டையும் அவர்கள் எடுத்திருக்கக்கூடும். தொடர்ந்து மீண்டும் மீண்டும் மரபைப் புறக்கணித்திலும் ஆன்மீகத்தைப் பொருட்படுத்தாது இருந்ததிலும் மொழிக்கும் சிந்தனைக்கும் ஏற்பட்ட இழப்புகள் குறித்துப் பேசப்பட்டுள்ளன. துக்கத்தை அதிகம் பேசாத அல்லது அதையும் புன்னகையோடு கூறும் இயல்புடைய முத்துலிங்கத்தின் எழுத்துகள் மீது மோகனின் மனம் கவிந்துவிட்டிருப்பதை அவர் பற்றிய கட்டுரையில் அறிய முடிகிறது. முத்துலிங்கத்தின் கதையுலகில் வெளிப்படும் பல தருணங்கள் இவர் கூற்றிற்கு நெருக்கமாகவே இருக்கிறது. அவருடைய புகைவண்டி இந்த தண்டவாளங்களின் மீது சொந்த ஊருக்கும் வேற்று நாட்டிற்கும் கண்டங்களுக்கும் வாசகனை அழைத்துச் செல்வதையும் இங்கு நினைவுபடுத்திக்கொள்ளலாம். இதனாலேயே அ.மு.வின் உலகு மற்றெல்லோருக்குமான ஈர்ப்பைத் தக்கவைத்துக்கொண்டிருக்கிறது.

கவிதை குறித்து எழுதப்பட்ட கட்டுரைகளும் கவிதை நூல்களின் விமர்சனமும் ஒரு பகுதியாக இருக்க, மற்றொன்றில் கவிதை அல்லாத பிற படைப்புகளின் மீதான நுட்பமான பார்வையோடு கூடிய மதிப்பீடு என இரண்டு பிரிவுகளாக இந்நூல் தொகுக்கப்பட்டுள்ளது. அவற்றின் குணங்கள் மற்றும் தன்மைகள் சார்ந்து பொது மற்றும் தனித்த அடையாளங்களைக் கண்டுகொள்ள இது துணை செய்கிறது. 'காடு' நாவல் பற்றிய கட்டுரையில் அந்நாவலை மட்டுமேயல்லாது மொழியின் அழகியல் மற்றும் படைப்பின் உள்ளோட்டங்களைத் தன்னுடைய பார்வைசார்ந்து விளக்கியிருப்பது வாசகனின் முந்தைய மதிப்பீட்டையும் அவன் அணுகியிருந்த கோணத்தையும் பரிசீலித்துக்கொள்வதற்கான வாய்ப்பைத் தந்திருக்கின்றது. குறிப்பிடத்தகுந்த, ஆனால் கவனிக்காது தவறவிட்ட புள்ளிகளை நோக்கி விமர்சகனின் மனம் குவியும்போது, படைப்பின் மீது படரும் புதிய ஒளி வாசகனின் மனக் கதவுகளை அகலமாகத் திறந்துவிடுகின்றது. 'பின்தொடரும் நிழலின் குரல்' நாவலில் ஆண்களின் பதற்றங்களுக்கும் சரிவுகளுக்கும் நேரெதிராகப் பெண்களின் ஆளுமை வகிக்கும் பங்குகுறித்த அவதானிப்பை இவ்வாறே புரிந்துகொள்ள வேண்டும்.

எந்த நூலையும் சுலபமாக நிராகரித்துவிடாமல் அவற்றின் இருப்புக்குக் குறைந்தபட்சமான, ஆனால் ஏற்றுக்கொள்ளக்கூடிய காரணத்தைச் சுட்டிக்காட்டியிருக்கிறார் மோகன். 'ஜீவனாம்சம்' போன்ற நாவலிலிருந்து வெகுதூரம் நாம் வந்துவிட்டிருந் தாலும் கூட ஒரு பெண்ணைக் கொண்டு அன்றைய சூழலில், நினைவோடை உத்தியை உபயோகித்திருந்த நாவல் என்ற அளவில் அதற்கு ஒரு வரலாற்றுக் காரணத்தை வழங்கி மறுதலிக்காததைப் போலவே மன ஊசலின் நேர்மையான பதிவிற்காகக் 'கிடங்குத் தெரு' நாவலையும் கணக்கிலெடுத்துக் கொண்டிருக்கிறார். 'கூளமாதாரி' நாவல் எழுதப்பட வேண்டியதன் வரலாற்றுப் பின்னணி மற்றும் தமிழில் அதன் தேவை குறித்துக் கச்சிதமாகவே எழுதப்பட்டிருக்கிறது. சுதந்திரம் என்றோ. கட்டுக்குள் அடங்காத எல்லை என்றோ வசதிக்காகக் குறிக்க முயன்றாலும் இக்குறிப்பையும் விஞ்சிநிற்பதே 'வெளி'. அவ்வாறான வெளியில் ஒரு நாளின் முக்கால் வீதத்தையும் கழிக்க வேண்டியிருப்பினும் கூட, அவ்வெளியே புலப்படாத ஒரு சிறையாக ஆகி, கவனத்தைக் கடுகளவும் திருப்ப இயலாத ஒரு சிறுவனைப் பற்றியதான 'கூளமாதாரி' நாவலை மதிப்பிட்டிருப்பதில் போதாமை தென்பட்டாலும் ஒரு கட்டத்தில் அந்நாவல் வாசகனுக்கு அளிக்கும் சலிப்பிலிருந்து விடுபட முடியாது என்று தோன்றுகிறது.

வடிவம், சொல்லுதலில் நூதனம் போன்றவை ஒரு நாவலின் இலக்கியத் தகுதியை நிர்ணயிக்கத் துணை செய்யக்கூடியவைதானே தவிர, அதுவே இறுதியானதல்ல. எம்.ஜி. சுரேஷின் 'சிலந்தி', '37' ஆகிய நாவல்கள் அவ்வகையானவையே. மேலோட்டமாகச் சற்று அதிகமாகப் புகழ்ந்துவிட்டதுபோல தோற்றத்தைத் தந்தாலும் ஆழத்தில் அவை பற்றிய விமர்சனம் கூர்மையாகவே வெளிப்பட் டிருக்கிறது. '37' நாவல் விமர்சனத்தில் பின்நவீன எழுத்து குறித்துக் குழப்பமில்லாத தொனியில் முன்வைக்கப்பட்டிருக்கிறது.

சொற்களோடு ஆகக்கூடிய நெருக்கமான உறவைக் கொண்டிருப்பது கவிதையே. அது ஸ்தூலமாகவோ அரூபமாகவோ வெளியீடு கொள்ளக் கூடும். கவிஞனின் ஆளுமையின்பாற் பட்டது அது. மனதில் உண்டாகும் உணர்ச்சியின் தீவிரத்தை, காட்சிகளின் ஓட்டத்தைச் சற்றும் இடைவெளியின்றித் தான் விரும்பும் விதத்தில் தாளுக்கு நகர்த்திவிடுவதே கவிஞனின் பிரதானமான நோக்கமாக இருக்கும். உணர்ச்சி, வெளிப்பாடு இவை இரண்டிற்கும் இடைவெளியே இல்லாமல் ஆக்கும் விசாரத்தின் குமிழ்கள் அவன் மனதின் இரு கரைகளிலும் திருப்தியுறாது அலைந்தபடியே இருக்கும். சொற்களையும்

அது கொண்டிருக்கும் முந்தைய அர்த்தங்களையும் தன் பயன் பாட்டின் மூலம் மாற்றியமைப்பதினூடாகவோ (பிரமிள், நகுலன்), எளிய புழக்கத்திலிருக்கும் மொழியை நேர்த்தியாகக் கைகொள்வதினூடாகவோ (ஆத்மாநாம், கலாப்ரியா) வேற்று முயற்சிகளினூடாகவோ கவிதைகளின் முகம் பன்முகம் பெற்றிருக்கிறது. கவிதைகள்மீது கொண்டிருக்கும் ஆழமான விரிவான வாசிப்பை அவற்றை வெளிக்கொணர மோகன் தேர்ந்தெடுத்திருக்கும் சொற்கள் உறுதிப்படுத்துகின்றன. மொழி சிறப்பான கணங்களை நூலின் பல இடங்களிலும் அடைந்திருக்கிறது. (உ.தா: "அர்த்த பிரவாகத்தில் சொற்களின் பிரசன்னம் நீரில் மிதக்கும் விளக்கின் ஒளிப்பிம்பம் போன்றதே" [பக்.161]). கவிதைகளின் மீதான ஆசிரியரின் பார்வையைத் திரட்டிக்கொண்டால், படிமங்களின் அவசியத்தை அவர் மௌனமாக வற்புறுத்துவது தெரியும். பிரமிள், ராஜசுந்தரராஜன், பா. வெங்கடேசன் போன்ற கவிஞர்களின் தொகுப்புக்கு எழுதப் பட்ட மதிப்புரைகளிலும், சமீபத்தில் மனுஷ்யபுத்திரனின் 'மணலின் கதை' தொகுப்புக்கு இந்தியா டுடேயில் எழுதிய விமர்சனத்திலும் அதைத் தெளிவாக காண இயலும். இன்றைய நவீன கவிதை, படிமங்களை உதற வெகுவாக பிரயத்தனப்படும் சூழலில் இது விரிவான விவாதத்தைத் தோற்றுவிக்கக்கூடும். எழுத்து/விலிருந்து இன்றைய சிற்றிதழ் வரையிலான கவிஞர்கள் பலரைப் பற்றியும் விரிவாகவும் குறிப்புகளாகவும் இந்நூலில் மோகன் எழுதியிருக்கிறார். மரபைத் துண்டித்துக் கொண்டதன் மூலம் நவீன கவிதைக்கு ஏற்பட்டிருக்கும் நஷ்டத்தை யூமா. வாசுகியின் நூல் முன்னுரையில் மோகன் சற்று விரிவாகவே எடுத்துரைத்திருக்கிறார். கவிதையைப் பற்றி ஒட்டுமொத்தமான பார்வையில் அணுகாமல் தனிப்பட்ட காரணகாரிய விளைவு களைக் கொண்டே அதன் நிறைகுறைகளை அணுகியிருப்பது வாசகனின் பொறுப்புகளை மேலும் அதிகமாக்கியிருக்கிறது. இதில் 'நவீன கவிதையின் சிந்தனைப் போக்குகள்' முக்கியமான கட்டுரை.

இந்நூலின் குறை வெளிப்படையான கறார் தன்மை இல்லாதது. ஒன்றை மறுக்கும்போது கூட அந்நூலின் சாதக அம்சங்களைச் சுட்டிவிட்டு அதனடியில் அவற்றிற்கான விமர்சனம் மொழியினால் ஒளித்து வைக்கப்பட்டிருக்கும் உத்தி எந்த அளவிற்குப் பலமோ அதே அளவிற்குப் பலவீனமும் ஆகும். மறைந்துகிடப்பதைக் கண்டறியாத வாசகன், அதிலிருக்கும் எதிர்மறையான அர்த்தத்தைத் தவறவிடக் கூடும். (எம்.ஜி. சுரேஷின் எழுத்துகள்)

ஒற்றைவரி அபிப்ராயங்களை முற்றாகத் தவிர்த்துவிட்டுப் பாரபட்சமற்ற அணுகுமுறையால் எழுதப்பட்டிருக்கும் இந்த விமர்சனங்கள் நம் வாசிப்பை மறுபரிசீலனை செய்துகொள்ள துணைபுரிவதோடல்லாமல் அவற்றினூடாக இக்கருத்துகள் சார்ந்து முரண்பட்டு விவாதத்தை உண்டாக்கவும் நம்மைத் தூண்டக்கூடும். அதற்கான ஒரு வெளியை இந்நூலின் வாயிலாக மோகனரங்கன் திறந்துவைத்திருக்கிறார்.

தீராநதி, நவம்பர் 2006

கே.என். செந்தில்

ஆசிரியரின் பிற காலச்சுவடு வெளியீடுகள்

அரூப நெருப்பு

(சிறுகதைகள்)

விலை ரூ. 135

எட்டுச் சிறுகதைகள் கொண்ட 'அரூப நெருப்பு' கே.என். செந்திலின் இரண்டாவது தொகுப்பு.

வாழ்வின் தீவிர நிலைகளுக்கு இணையான நிலைகளையே தன் கதைகளில் உருவாக்க எத்தனிக்கிறார் செந்தில். வாழ்வைப் பற்றிய தனித்த சஞ்சாரத்தின் மூலம் தன் எழுத்தை உருவாக்க விரும்பும் இவரது கதைகளின் மனிதர்கள் பசியாலும் காமத்தாலும் பழி உணர்வாலும் தந்திரத்தாலும் உன்மத்தத்தாலும் மரணத்தாலும் வதைப்பவர்கள், வதைபடுபவர்களும்கூட. இந்த இருண்ட உலகை எந்த மனச் சாய்வுமின்றி 'அராஜகமாக'ச் சித்திரிப்பதில் கே.என். செந்தில் பெற்றிருக்கும் வெற்றிக்குச் சான்று இக்கதைகள்.

●

இரவுக் காட்சி

(சிறுகதைகள்)

விலை ரூ. 90

வாழ்வு குறித்த சுதந்திரமான பார்வையுடன் இலக்கியப் பரப்பில் கவனம் பெற்றிருக்கும் கே.என். செந்தில் கடந்த காலத்துடனான உறவை முறித்துக்கொள்ளும் எத்தனிப்புகள் கொண்டவர். அவரது படைப்புமொழி வாழ்வுக்குக் கடந்த காலம் வழங்கியுள்ள அர்த்தங்களை நம்ப மறுப்பது. கடந்த காலம் சுமத்தியுள்ள சுய பெருமிதங்களிலிருந்தும் இழிவுகளிலிருந்தும் விடுபட மிக இயல்பாக அவருக்கு முடிந்திருக்கிறது. வாழ்வின் மையங்களிலிருந்து விலகி நின்று அவற்றை விமர்சனங்களுக் குள்ளாக்குவதை, விளிம்பு, மையம் எனக் கட்டமைக்கப்பட்ட எதிர்வுகளுக்குள் சிக்கிக்கொள்ளாமல் கலையாக்க முற்படும் செந்தில் புத்தாயிரமாண்டின் முதல் தலைமுறையைச் சேர்ந்த

இளம் சிறுகதையாளர்களில் முக்கியமானவர் எனத் தயக்கமின்றிச் சொல்ல லாம். எழுத்தாளனாக இருப்பது என்றால் என்ன என்பதைக் குறித்து செந்தில் கொண்டிருக்கும் தெளிவு அவரது எழுத்துகளுக்குள்ள கூடுதல் பலம். தன் கதைமாந்தர்கள் கொண்டுள்ள பதற்றத்தை வாசகர்கள் மேல் சுமத்த அவர் ஒருபோதும் முற்படுவதில்லை. அவரது கதைகளில் கலைஅமைதி கூடியிருப்பதற்கு இது முக்கியக் காரணம்.